వ్యాసభారతంలో అసలు కర్ణుడు

వేదాంతం శ్రీపతిశర్మ

notionpress
.com

INDIA • SINGAPORE • MALAYSIA

మూలానికి దూరమవటం వలన మౌలిక ధర్మాన్ని మరచిపోతాం...

~కస్తూరి మురళీకృష్ణ

9849617392

ప్రపంచంలో ప్రజాస్వామిక ధర్మం అంటూ ఏదయినా వుంటే అది ఒక్క భారతీయ ధర్మం మాత్రమే. ఈ ధర్మం గురించి ఎవరు ఏద్దైనా ఎలాగ్గైనా మాట్లాడవచ్చు. వినదగు నెవ్వరు చెప్పిన అన్నది నరనరానా ఇంకిన భారతీయులు తమ ధర్మం గురించి పరాయివారు ఏది చెప్పినా, ఎలా చెప్పినా నమ్మేస్తారు. తమని ఎంత చులకన చేస్తే అంతగా వారిని గౌరవిస్తారు. తమని ఎంతగా అవమానపరచి, చులకన చేస్తే అంతగా ఎదుటివారిని గొప్పగా భావించే బానిస మనస్తత్వం, న్యూనతాభావాలు భారతీయులు ప్రదర్శిస్తారు. అందుకే భారతీయ ధర్మం గురించి తెలిసి మాట్లాడేవారికన్నా, తెలియకుండా మాట్లాడేవారే ఎక్కువ. భారతీయ ధర్మాన్ని అర్థం చేసుకుని మాట్లాడేవారికన్నా అర్థం చేసుకునే ప్రయత్నాలేవీ చేయకుండా, వక్రదృష్టితో లేనిదాన్ని ఊహించి వివరించే వారే ఎక్కువ. ఉన్నదిఉన్నట్టు వివరించేవారి కన్నా లేనిది

ఉన్నట్టు ఊహించి తమ మానసిక దౌర్బల్యాలను, మూర్ఖత్వాన్ని, చేతకానితనాన్ని ధర్మానికి ఆపాదించి ధర్మాన్ని దూషించి, ధర్మానుయాయులు ధర్మంపట్ల విముఖులయ్యేట్లు చేయాలని ప్రయత్నించేవారే ఎక్కువ. ఇలాంటి వారందరి మాటలను ప్రజలు ప్రామాణికంగా భావించి , అలా తప్పుడు పలుకులు పలికేవారిని మేధావులుగా భావించి గౌరవించటం , వారి తప్పుడుపలుకులను చిలుకపలుకుల్లా వల్లెవేసి తమ ధర్మాని తామే చులకనచేసుకుంటూ తమని తాము గొప్పవారిగా భావించుకుంటూ కాలర్లెగరేయటం నిత్యానుభవమే. అందుకే ఆత్మగౌరవం, ఆత్మాభిమానం కొరవడి, ఆత్మన్యూనతాభావంతో అధిక సంఖ్యలో అతి సులభంగా స్వధర్మాన్ని వదలి భయావహమైన పరాయి ధర్మాన్ని స్వీకరిస్తున్నారు. తరచిచూస్తే, ఇలాంటి దుస్థితి నెలకొనటానికి ప్రధాన కారణం భారతీయధర్మం గురించి అసలయిన విషయాలను సరయిన రీతిలో సప్రామాణికంగా వివరించే వ్యవస్థలేకపోవటమే!!!

ఇస్లామీయ బాలురకు తమ ధర్మం గురించి చెప్పేందుకు మద్రస వ్యవస్థవుంది. బాల్య స్థాయినుంచీ మత సిద్ధాంతాలు చేరువ అవటంతో తమ మతంపట్ల విశ్వాసమూ, గౌరవ భక్తి ప్రపత్తులు కనిపిస్తాయి. క్రిస్టియన్ మతంలో నాలుగేండ్లు రాగానే బాలబాలికలకు మత సిద్ధాంతాలను బోధిస్తారు. సామూహిక కార్యక్రమాలద్వారా వారిలో తామంతా ఒకటి అన్న ఐక్య భావనను కలిగిస్తారు. యూదులు, పర్షియన్ల గురించి చెప్పాల్సిన అవసరంలేదు. ప్రపంచంలో ఏ దేశంలో వున్నా యూదుకు హిబ్రూ భాషను తప్పనిసరిగా నేర్చుకోవటమేకాదు, తమ

మతాన్ని అతి నియమంగా పట్టుదలతో పాటిస్తారు. ఇజ్రాయెల్ రక్షణకోసం తమ సర్వ శక్తులను వినియోగిస్తారు. భారతీయ ధర్మానుయాయులకు భారతీయ ధర్మాన్ని బాల్యంనుంచీ సరయిన రీతిలో బోధించి ధర్మంపట్ల అభిమానాన్ని కలిగించే వ్యవస్థ లేకపోవటంవల్ల, సినిమాలనుంచి, దుర్వ్యాఖ్యానాలు, వ్యాసాలు, ఉపన్యాసాలలోని వ్యంగ్యదూషణల ద్వారానే తమ ధర్మాన్ని తెలుసుకోవాల్సివస్తోంది. అందుకే ఆత్మన్యూనతాభావాన్ని భారతీయ ధర్మానుయాయులు అధికంగా ప్రదర్శిస్తున్నారు. ఇలాంటి పరిస్థితులలో మూల శాస్త్రాలను పరిచయంచేస్తూ, వాటిని వివరిస్తూ ధర్మాన్ని పరిచయం చేయాల్సిన అవసరంఎంతో వుంది. శ్రీపతి శర్మ వ్యాస భారతంలో కర్ణుడి పాత్రను తీసుకుని భారతంలో కర్ణుడి పాత్ర ప్రస్తావన వున్న 17 సందర్భాలలోవున్న దాదాపుగా 160 పై శ్లోకాలను వ్యాఖ్యాన సహితంగా వివరిస్తూ కర్ణుడి పాత్రను ఆవిష్కరిస్తూ రచించిన ఈ పుస్తకం సమకాలీన సమాజానికి అత్యంత ఆవశ్యకమయిన పుస్తకం. భారత రామాయణాల గురించి ఎవరికివారు తోచినట్టు ఊహించి, లేని కథలు కల్పించి పాత్రల వ్యక్తిత్వ హననం చేస్తూ, ధర్మాన్ని చులకన చేసేందుకు ఈ సృజనాత్మక స్వేచ్ఛను దుర్వినియోగం చేస్తున్న సమయంలో, ఏది మూలమో, ఏది కల్పనో తెలియని అయోమయంలో ధర్మానుయాయులు కొట్టుమిట్టాడుతున్న తరుణంలో ఇది మూలం, మూలంలోని శ్లోకాల అర్థం ఇది, దాని వెనుక దాగిన పరమార్థం ఇది, ఈ శ్లోకాలద్వారా ఆవిష్కృతమైన కర్ణుడి వ్యక్తిత్వం ఇది అని సప్రామాణికంగా, సరళమయిన భాషలో సామాన్య పాఠకుడిని దృష్టిలో

వుంచుకుని శ్రీపతి శర్మ చేసిన ఈ ప్రయోగాత్మక రచన అత్యంత అభినందనీయమేకాదు, వాంఛనీయంకూడా.

గతంలో ద్రౌపది పాత్రగురించి అవాకులూ చవాకులూ రాసి ఉత్తమ సాహిత్య సృజనకు సాహిత్య అకాడెమీ అవార్డు అందుకున్నాడొక రచయిత. రామాయణం పాత్రలకు లేని వికృతులు ఆపాదించి తమ వ్యక్తిగత బలహీనతలకు సైద్ధాంతిక ముసుగువేసి ప్రామాణికతను సాధించే ప్రయత్నంచేసి ఉత్తమ సృజనకు సాహిత్య అకాడెమీ బహుమతి పొందిందొక రచయిత్రి. ఈ రకమయిన వికృతులు ప్రామాణికమవుతున్న వేళ, ఎవరి మెప్పునూ ఆశించక, ఎలాంటి గుర్తింపుకోసం ప్రాకులాడక, నిర్మోహంగా, చిత్తశుద్ధితో కర్తవ్య నిర్వహణ చేస్తున్న శ్రీపతి శర్మ అభినందనీయుడు. ఈ చిన్ని పుస్తకం చదివిన తరువాత మన కళాకారులు సృష్టించిన కర్ణుడికీ, వ్యాసుడు ప్రదర్శించిన కర్ణుడికీ ఎంతో తేడా వుందన్నది స్పష్టమవటమేకాదు, ఒక పద్ధతి ప్రకారం, భారతీయ ధర్మంపై జరుగుతున్న దాడి స్వరూపం బోధపడుతుంది. మనం గౌరవించే ప్రతీదీ అవహేళనకు గురవుతున్నది. మన భాష అర్థం మారిపోతున్నది. మనకు పవిత్రమన్న ప్రతీదీ అసలయిన అర్థం కోల్పోయి విపరీత వికృతార్థంలో చలామణీ అవుతోంది. కైంకర్యం, శఠగోపం, తీర్థం, చిదంబర రహస్యం, కుంభకోణం, స్వాహా, ...ఒకటా రెండా మనం పవిత్రంగా భావించే చర్యలు, వాటిని సూచించే పదాలు ఇలాంటి విపరీతార్థంలో చలామణీ అవుతున్న సమయంలో శ్రీపతిశర్మ రచించిన ఈ చిన్ని పుస్తకం అత్యంత ప్రతిభావంతమయిన రీతిలో ఈ దాడిస్వరూపాన్ని మనసుకు హత్తుకునే

రీతిలో ప్రకాశమానంచేస్తుంది. మూలానికి దూరం వెళ్లటం వలన మన మౌలిక ధర్మాన్ని ఎలా విస్మరిస్తూ మనం కాకుండా పోతున్నామో చెప్పకనే చెప్తుందీ పుస్తకం.

ఇప్పటికే శ్రీపతిశర్మ ఆదికావ్యంలో ఆణిముత్యాలు అన్న రచనలో వాల్మీకి రామాయణంలోని మర్మాలను, సౌందర్యాన్నీ తెలుగు పాఠకులకు చేరువ చేశాడు. ఇప్పుడీ పుస్తకంద్వారా మరో అడుగు ముందుకువేసి, భారతంలో కీలకమైన పాత్రను మూలం ఆధారంగా చేరువ చేశాడు. ఇలా, మూలం ఆధారంగా పురాణ పాత్రల వ్యక్తిత్వాన్ని వివరించే ప్రక్రియను శ్రీపతిశర్మ ఒక ఉద్యమంలా చేపట్టాల్సిన అవసరం ప్రస్తుతం వుంది. శ్రీపతిశర్మ స్వతహాగా సృజనాత్మక రచయిత కావటంతో, కావ్య సౌందర్యాన్ని దర్శించగలిగే హృదయంవుండటంవల్ల, కవి హృదయాన్ని అర్థం చేసుకుని భావాన్ని వివరించే శక్తి వుండటంవల్ల, శ్రీపతిశర్మ కర్ణుడి పాత్ర సృజనలో వ్యాసహృదయాన్ని అత్యంత సుందరంగా ఆవిష్కరించాడు. ఇదే పద్ధతిలో ఇతర పురాణ పాత్రల వ్యక్తిత్వాలనుకూడా ఆవిష్కరిస్తే భారతీయ సమాజంలో నెలకొనివున్న ఒక లోటును పూడ్చినవాడవుతాడు. ముఖ్యంగా, దుర్వ్యాఖ్యానానికి, అపార్థాలకు గురవుతున పాత్రల అసలువ్యక్తిత్వాలను పాఠకులముందుంచటంవల్ల, భారతీయ ధర్మానుయాయులలో నెలకొనివున్న సందేహాలను తీర్చి వారి ఆత్మవిశ్వాసం స్థిరపడి ఆత్మగౌరవం ఇనుమడించటంలో దోహదపడినవాడవుతాడు. ముఖ్యంగా మళ్ళీ మూలాన్ని సామాన్యులకు

చేరువ చేసినవాడవుతాడు. శ్రీపతిశర్మ ఈ విషయంపై దృష్టి పెట్టాలని అభ్యర్థన.

తెలుగు కావ్యాలు పఠించి ఆనుభవించే శక్తి సమాజంలో సన్నగిల్లటం అర్థంచేసుకున్న విశ్వనాథ సత్యనారాయణ సాహిత్య సురభి అనే గ్రంథంలో 300 పద్యాలను పరిచయంచేశారు. డాక్టర్ సీ నారాయణరెడ్డి మందారమకరందాలు పుస్తకంలో చక్కని భాగవత పద్యాలను సులువయిన భాషలో వివరించారు. ఇదే పంథాలో సంస్కృత ఇతిహాసాలు, పురాణాలు, కావ్యాలను మూలం ఆధారంగా వివరించాల్సిన ఆవశ్యకతను శ్రీపతిశర్మ రచించిన ఈ చిన్ని పుస్తకం స్పష్టంచేస్తుంది. అందుకు శ్రీపతిశర్మ అభినందనీయుడు. ఈ ప్రక్రియ ఇలా కొనసాగాలని ఆశిస్తున్నాను. శ్రీపతిశర్మ తన బాధ్యత నిర్వహిస్తున్నాడు. ఈ పుస్తకాన్ని స్వీకరించి ప్రోత్సహించాల్సిన బాధ్యత సమాజానిది.

– కస్తూరి మురళీకృష్ణ

పాణ్యం దత్తశర్మ

9550214912

'అసలు కర్ణుని' ద్వారా మానవులకు దిశానిర్దేశం

(1)

దర్శనమ్ !

సాహితీ మిత్రులు శ్రీ వేదాంతం శ్రీపతిశర్మ గారు, సోదరులు శ్రీ కస్తూరి మురళీకృష్ణ గారి ద్వారా e mail లో పంపిన "వ్యాసభారతంలో అసలు కర్ణుడు" అన్న లఘుగ్రంథాన్ని చదివాను. మన పురాణపాత్రలను ఏదో ఒక పొగమంచు (mist) చుట్టుకొని, వారి అసలు వ్యక్తిత్వాన్ని మరుగున పడవేస్తూ ఉంటుంది. ఈ పొగమంచు స్వయంప్రకటిత మేధావి విమర్శకుల రూపంలో ఉంటుంది. సినిమాలలో, ఇతరత్రా మనం చూసిన, తెలుసుకున్న కర్ణుడు వేరు. దైవాపహతుడుగా, స్నేహధర్మానికి ప్రతిరూపంగా అతన్ని చూపించారు. అతనిమీద మనకు ఒక సాఫ్ట్ కార్నర్ ఏర్పరిచారు.

కాని, శ్రీపతిగారు చాలా objective గా, కర్ణుని పాత్రని మన ముందు ఆవిష్కరించారు. ఈ గ్రంథంలోని ప్రత్యేకత ఏమిటంటే వ్యాసభారతాన్ని ప్రమాణంగా తీసుకోవడమే కాకుండా, ఆ మహా ఇతిహాసంలోని, అనుష్టుప్ ఛందస్సులో ఉన్న, సంస్కృత శ్లోకాలను సైతం సందర్భానుసారంగా ఉటంకిస్తూ తమ విశ్లేషణ కొనసాగించారు. మహాభారత ప్రాశస్త్యాన్ని ఈ క్రింది పద్యాల మనం గ్రహించవచ్చు.

సీ.॥ ధర్మతత్త్వజ్ఞులు ధర్మశాస్త్రంబని, యధ్యాత్మవిదులు వేదాంతమనియు
నీతివిచక్షణుల్ నీతిశాస్త్రంబని, కవివృషభులు మహాకావ్యమనియు
లాక్షణికులు సర్వలక్షణసంగ్రహమని, యైతిహాసికులితిహాసమనియు
బరమపౌరాణికుల్ బహుపురాణసముచ్చ, యంబని మహిని కొనియాడుచుండ

తే.గీ. వివిధతత్త్వవేది వేదవ్యాసు, డాదిముని పరాశరాత్మజుండు
విష్ణుసన్నిభుండు విశ్వజనీనమై, పరగుచుండ జేసె భారతంబు.

ఈ పద్యాలలోని ధర్మము, నీతి, ఆధ్యాత్మికత అనే అంశాలనే శ్రీపతిగారు తమ గ్రంథానికి వస్తువులుగా తీసుకొన్నారు.

"పాత్రనైనా, కథనైనా, ధర్మం, సత్యం అనే రెండు
కళ్ళతో ఒక దృష్టి ద్వారా చూడవలసి ఉంటుంది.
అది చేయలేనపుడు గొప్ప కావ్యాలు, గ్రంథాలు,
మాత్సర్యపూరితమైన కథనాలకు గురి అవుతూ
ఉంటాయి"

అంటారు శ్రీపతి గ్రంథం చివర. ఆయన కథనం అటువంటి మాత్సర్యమేమీ లేకుండా "సత్యాన్ని" ఆవిష్కరించింది. అర్జునుడు స్థితప్రజ్ఞుడు ఎందుకయినాడో, కర్ణుడు దుష్టపురుషుడు ఎందుకయినాడో, ఆ రెండింటికీ తేడా ఏమిటో, ఈ

(2)

గ్రంథం చదివితే మనకీ తీరు తెల్లం అవుతుంది.

కర్ణుని పాత్ర చిత్రణను పోషించడంలో రచయిత ఈ క్రింది విషయాలను పాటించారు. అవి
1) ఔచిత్యం 2) నిష్పక్షపాత వైఖరి 3) సార్వజనీనత

కర్ణునిలోని కీర్తికాంక్ష, మాత్సర్యం, ధర్మవ్యతిరేకతలను "సమాజానికి మంచి మాటలు చెప్పవలసిన వారు" విస్మరించారని తన అభిప్రాయాన్ని వ్యక్తం చేస్తారు రచయిత. గ్రంథమంతా విస్తరించిన వ్యాస కృతమైన సంస్కృత శ్లోకాలకు ఆయన ఇచ్చిన వివరణలు కూడా చక్కగా ఉన్నాయి. వ్యాస వాల్మీకుల కవిత్వం సుబోధకంగా ఉంటుంది.

"దైవాంశ సంభూతుడైనా సరే భూమిమీద స్వధర్మం, లోక ధర్మం రెండూ సరిగ్గా ఆచరించిన వారి పక్షాన తప్ప, సర్వశక్తిమంతుడైన ఈశ్వరుడు వేరెవరి వైపూ ఉండడు" అన్న రచయిత మాటలు నగ్నసత్యాలు.

భీముడు తనను పరిహసించినప్పుడు, దుర్యోధనుడు తనను రాజును చేసి ఆదరించడం కర్ణుని మనసులో చెరగని ముద్ర వేస్తుంది. కానీ కృతజ్ఞతను ధర్మాతిక్రమణగా మలచడం తప్పు కదా! ద్రుపదునితో, అర్జునితో, ఉత్తర గోగ్రహణ సమయంలో అర్జునునితో యుద్ధంలో ఘోరమైన ఓటమి పొందినవాడు కర్ణుడు. ఐనా అతనిపై రారాజు కొనసాగిన నమ్మకం. ద్రౌపదీ వస్త్రాపహరణ సమయంలో వికర్ణుని వాదనను పూర్వపక్షం చేసి, నిస్సిగ్గుగా ఆమె వలువలు ఊడదీయమని దుశ్శాసనునితో కర్ణుడు చెప్పిన మాటలు, "బంధకి" అని ఆమెను పేర్కొనడం, క్షంతవ్యాలు కావు.

"సమద మాటలు ఎవరికైనా ఎంత తేలికగా అలవడతాయన్నది ఉత్తర సత్యం. అవి తాని బాట ధర్మపరాయణత తెలిపిస్తుంది. ఓ కోపటి వాటిని చూస్తాం, కర్ణుని చూస్తాం" అంటారు ఒక చోట రచయిత. రావణుడు సర్వశక్తిమంతుడైనా, అధర్మం వలన బలహీనుడైనాడంటారు. ఇవన్నీ సమకాలీన సమాజంలో కూడా, అధికారంలో ఉన్నవారు గుర్తించుకోవటం మంచిది.

తాను కుంతీపుత్రుడనని కృష్ణుడు తెలిపిన తర్వాత కర్ణుడన్న మాటలు గొప్పవి. స్వస్వరూప జ్ఞానాన్ని అవి ప్రతిబింబిస్తాయి. "ధర్మాత్ముడు, జితేంద్రియుడు అయిన ధర్మరాజుకు ఈ విషయం తెలిస్తే ఆయన రాజ్యాన్ని స్వీకరించడు. ఒకవేళ నాకే రాజ్యమంతా లభిస్తే, దానినంతా దుర్యోధనునికి ఇవ్వాలి. ధర్మాత్ముడైన యుధిష్ఠిరుడే శాశ్వతంగా రాజు కావాలి. అతన్ని నడిపేవాడు వృష్ణికేశవుడు. అతని కోసం యుద్ధం చేసేవాడు ధనంజయుడు కనుక!" ఈ మాటల్లోని 'తరళం' అతని మహోన్నత వ్యక్తిత్వాన్ని మనకు తెల్పుతుంది. ఆ దీన సమయంలో అధర్మపరుడైన కౌరవ రాజు పంచన చేరడం వల్ల వచ్చిన ఒక 'నిస్సహాయత'ను కూడా ధ్వనిస్తుంది.

(3)

"యది జానాతి మాం రాజా ధర్మాత్మా సంయతేంద్రియః
కుంతీపుత్రం ప్రథమం జాతం న స రాజ్యం గ్రహీష్యతి"

అన్నమాటల్లో ధర్మజుని పట్ల అతనికున్న మహోన్నతమైన గౌరవం ద్యోతకమవుతుంది.

"స ఏవ రాజా ధర్మాత్మా శాశ్వతోస్తు యుధిష్ఠిరః
నేతా యస్య హృషీకేశో యోద్ధా యస్య ధనంజయః"

అన్నవంటిలో అతని ధర్మభావన, నరనారాయణుల పట్ల అతనికి గల అవగాహనా తెలుస్తాయి. కానీ... "ఐ కెనాట్ బెట్..." అన్నట్లు అతడు సుయోధనున్ని వదలేకాడు!

భీష్మ పితామహుడు కూడా "నీచాశ్రయం వలన కలిగిన మత్సరంతో గుణవంతులను కూడా నీవు ద్వేషించావది" అంటాడు కర్ణునితో. మనం ఎంత మంచివాళ్లమైనా, మనం ఎవరిపట్ల loyalty చూపుతున్నామో, దాన్నిబట్టి ఆ మంచితనమంతా 'అస్తంగత'మవుతుందని కర్ణుని పాత్ర నిరూపిస్తుంది. అభిమన్యువధలో కర్ణుడు ప్రవర్తించిన తీరు కూడా అత్యంత గర్హనీయమైందే. తర్వాత కర్ణుడు పశ్చాత్తాప పడినట్లు కనిపించినా, దానివల్ల ప్రయోజనం ఏముంది? దాని పైనా పశ్చాత్తాపం! తర్వాత బాధపడటం! అతని నిజాయితీని గమనించి భీష్మ పితామహుడు అతనికి "అహంకార రహితమయిన యుద్ధం చేయి" అంటాడు. "అది బ్రహ్మలోక ప్రాప్తికి సోపానం" అంటారు శ్రీపతి. ఇక్కడ ఆధ్యాత్మిక సౌరభాలున్నాయి.

కర్ణుడు శౌర్యపరాక్రమాలలో "త్వద్విశిష్టం" అని కూడా చెబుతాడు కృష్ణుడు. అంటే అర్జునుని కంటే కొంచెం ఎక్కువే! కాని,

"దురాత్మానం పాపవృత్తం నృశంసం
దుష్టప్రజ్ఞం...."

కర్ణుడు పై దుర్గుణాలు కలవాడు. దుష్టప్రజ్ఞుడు. అంటే తన ప్రజ్ఞను సన్మార్గంలో ప్రయోగించనివాడు. 'అతన్ని చంపి కృతార్థుడవు కమ్ము' అని పరమాత్మ అర్జునుని ఆదేశిస్తాడు.

నిస్సహాయస్థితిలో ఉన్న అతనిపై బాణప్రయోగం చేయడం అధర్మం అని కర్ణుడు అంటే ఆ కృష్ణుడు ఇచ్చిన "రిటార్టు" అద్భుతం! "[illegible]గించి తలపెరుగదు!"

సిద్ధాంతం వారు 'అసలు కర్ణుని' ద్వారా మానవులకు దిశానిర్దేశం చేశారు. వారు ఇలాంటి పురాణేతిహాసాలలోని ఇతర ప్రముఖ పాత్రలను గురించి కూడా వ్రాసి, కుహనా వ్యాఖ్యాతలు వారి చుట్టూ కప్పిన ముసు[illegible] తొలగించి, చూపించాలని నా కోరిక!

—x—

— పాణ్యం దత్తశర్మ

ఓ మాటనుకుందాం...

కొద్ది సంవత్సరాల క్రితం ఓ పుస్తకావిష్కరణ సభలో పాల్గొన్నాను. చాలా మంది మాట్లాడారు. ఓ పెద్దాయన 'ఈ పుస్తకం ఈ శతాబ్దానికే ఉత్తమ పుస్తకం ' అన్నాడు. ప్రసంగం కొనసాగిస్తూనే మధ్యలో 'ఈ పుస్తకాన్ని నేను చదవలేదు ' అన్నాడు! రచయిత చాలా బాధ పడ్డాడు. నేను ఓ మాట రచయితతో సభ ముగిసాక అన్నాను-వాల్మీకి రామాయణం, వ్యాసభారతం వ్యాసుని భాగవతం చదవకుండానే ఎన్ని ప్రసంగాలు చేసే వారు లేరు? ఎన్ని 'గ్రంథాలు ' రచించిన వారు లేరు? ఆ మహర్షులు ఏమనుకోవాలి? అంచాత బాధ పడక్కరలేదు ' అన్నాను...

వాస్తవానికి ఇది ఎంతో బాధాకరమైన విషయం. ఏదీ తెలుసుకోకుండా ఏదో గొప్ప మాట చెప్పేస్తున్నాననుకునే మేధావులు ఎక్కువైనారు. వీళ్లతో వాదన అనవసరం. అమితమైన కీర్తికాంక్ష అనేది ఒక మహమ్మారి! దీనికి మందు దొరికేసరికి అది అందరినీ మింగేసి చక్కా పోతుంది. భారతదేశం యొక్క చరిత్ర ఈ మహమ్మారి చరిత్ర కానీ మరొకటి కాదని స్పష్టం.

కాకపోతే చిన్న గీతలు, పెద్ద గీతలు ఉంటూనే ఉంటాయి. ఒక చర్చావేదిక మీద ఒక సారి కీర్తిశేషులు శ్రీ ఏలూరుపాటి అనంతరామయ్య గారు చర్చ చివర ఒక మాటన్నారు-ఏది ఎలా ఉన్నా భరతభూమి మీద

జన్మించిన ప్రతివాడికి మౌలికమైన ప్రశ్నలు కలుగుతాయి, వాటి సమాధానాలను తప్పకుండా వెతుకుతారు, వెతికి తీరుతారు. తాత్కాలికమైన జుగుప్సలు వస్తాయి, పోతాయి...

కొత్త తరం వాళ్లని చూస్తుంటే కొన్ని మాతృభాషలకు చెందినవారు సంస్కృతమూలాన్ని వెతకటం, అక్కడ ఉన్న విషయం కావాలని కోరటం నేను గమనించాను. కాకపోతే కొన్ని నానుడులు సమాజంలో అలా ఉండిపోయాయి.మొదటిది ఏమిటంటే ఆ గ్రంథాలు అర్థం కావు అనేది, రెండవది అవి చాలా పెద్దవి, ఎంతో విస్తారంగా మొత్తం చదివితే కానీ అర్థం కానివని, మూడవది-వాటికి వ్యాఖ్యానాలు మరింత అర్థం కానివిగా ఉంటాయని!

మొదటి రెండూ అసత్యాలు-మూడవది మటుకు అక్షరసత్యం!దీనికి కారణం అనవసరమైన పాండిత్యపు ప్రదర్శన, మెప్పు పొందాలనే ఆరాటం, ప్రాచుర్యం పొందాలనే ఉబలాటం!

ఒక హిందీ చలనచిత్రంలో (ఖోస్లా కా ఘోస్లా) చర్చకు వచ్చిన వాడిని ఒకటే ప్రశ్న అడుగుతూ ఉంటాడు-మీరు ఆ భూమికి సంబంధించిన వారా లేక ఏజెంటా అని!

అదే ప్రశ్న ప్రతి భారతీయుడూ ఈ రోజు అడగాలి-మీరు మూలం- వాల్మీకి రామాయణం నుంచి ఉదహరిస్తున్నారా లేక వ్యాసభారతంలోంచి చెబుతున్నారా? అని అడగాలి.లేదు అంటే అవతలికి వెళ్లమని చెప్పాలి! అందులో భాగంగా ఎంత ప్రాచుర్యం

పొందిన గ్రంథమైనా సరే అందులోనిది కేవలం అదనంగా ఒక విషయాన్ని వివరించేందుకు లేదా మరి కొంత సౌందర్యాన్ని పెంచేదిలా ఉన్నప్పుడు స్వీకరించాలి కానీ ఒక వేళ మూలంలో ఉన్నదాన్ని తక్కువ చేసో లేక వక్రీకరిస్తుంటే ఖచ్చితంగా పూర్తిగా తిరస్కరించవలసిన అవసరం ఉన్నది.

ఇలాంటి పరిస్థితి ఏర్పడటానికి రెండు కారణాలున్నాయి-మొదటిది ఆదిగ్రంథాలలోని సాహిత్యం తరువాత వచ్చే సాహిత్యానికి నాంది కావటం,ఆ తత్వం వాటికి ఉండటం.వాటిలోంచే కవిత్వం పుట్టటం! ఆ కవిత్వాలు ప్రజాదరణ పొందటం.అయితే ఈ కవిత్వాలలో ఉపోద్ఘాతాలలో ఎక్కడా కవి 'ఇది కేవలం కవిత్వం మాత్రమే, దయ చేసి మూలాన్ని విస్మరించకండి ' అనే ప్రతిపాదన చేయకపోవటం చారిత్రాత్మకమైన తప్పిదం. తద్వారా పామరులకు ఏది మూలం, ఏది కవిత్వం అనేది స్ఫురించదు. ఏది పారాయణ గ్రంథం? ఏది వైదికపరమైన అనుష్టుప్ ఛందస్సు, ఏది తెలుగు పద్యసరళిలో కనిపించేది అనేది మరుగున పడిపోయింది. మహామహులు చేసిన ఈ పని ఎంతో శోచనీయం. రెండవది పద్యాలు జనాకర్షణ పొందుతాయి, శ్లోకాలు చెబితే జనం పారిపోతారు అనుకునే వెర్రితనం.ప్రసంగకర్తలు (ఈ రోజు ప్రవచనం అనే పదం వాడటం సరైనది కాదు) తెలుగు భాషలోని కవిత్వాలతో కూడిన అంశాలను జనరంజకంగా చెబుతూ మూలాన్ని స్పృశించకపోవటం!

ఇది ఈ నాటి పరిస్థితి. దీనికి ఎక్కువగా నేను ప్రసంగకర్తలనే బాధ్యులుగా నిర్మొహమాటంగా పేర్కొంటాను. సామాన్యులకు మరో వేదిక ప్రస్తుతం లోపించింది. అన్ని కౌశలాలూ చలనచిత్రానికి పరుగులు తీయటం వలన, సామాజిక మాధ్యమాలు విస్తరించటం వలన స్వాధ్యాయానికి కేటాయించే సమయం మార్కెటింగుకు వెచ్చించటం పరిపాటి అయిన సందర్భమిది ఇది న్యాయమా?

చరిత్రలో వాల్మీకి రామాయణం, వ్యాసభారతం అనేవి వైదికపరమైన బ్రాహ్మణవాదమని,వాటిని మరో విధంగా అర్థం చేసుకోవాలని ఎన్నో ఒరవడులు మనం చూసాం. చలనచిత్రరంగంలో ప్రాచుర్యం పొందిన వారు అదే కోణంలో కొన్ని కేవలం కులద్వేషంతో ప్రదర్శించి కొన్ని తరాలవారి మనసులను కలుషితం చేసిన వ్యవహారం పలువురికీ తెలిసినదే. అదే నిజమని ఇప్పటికీ ఎందరో అనుకుంటూ ఉంటారు. మౌలికమైనవి, తపస్సుతో చేసిన రచనలు వివక్షతో ఉంటాయా అనే ఆలోచన ఎందరికి కలుగుతుంది? అవి కేవలం సత్యం, ధర్మం గురించి ప్రగాఢంగా చెప్పేవి తప్ప మరొకటి కావు. ఆత్మోద్ధరణను కోరుకునేవారు ఏ వర్గానికి చెందినవారైనా ఇటువంటి సంకుచితమైన విశ్లేషణలకు వెళ్లరు!

ఈ చిన్ని గ్రంథంలో కర్ణుని జన్మ నుంచి మరణం వరకు వ్యాసుని భారతంలో గల శ్లోకాల ఆధారంగా కర్ణుని వృత్తాంతాన్ని చెప్పే ప్రయత్నం నేను చేసాను. కర్ణుని పాత్రను నిష్పక్షపాతంగా కావ్యం యొక్క నేపథ్యంలో మీ ముందుంచాను.

మహాభారతంలో కర్ణుని పాత్ర కీలకమైనది. ఇతర పాత్రల వక్రీకరణలు అలా ఉంచితే ముందుగా సామాజిక ఒరవడులకు అతి దగ్గరగా వచ్చే ఈ పాత్రనే నేను ప్రధానమైన ఉద్దేశ్యంతో ఎంచుకోవటం జరిగింది. ఈ సంకలనం (నేను స్వయంగా చెప్పింది ఏదీ లేదు)ద్వారా పాఠకులకి భారతంలోని ఆంతర్యం పట్ల ఒక అసలు సిసలు జిజ్ఞాస ప్రబలం కాగలదనే ఆశ నాకున్నది. ఆ పాత్ర యొక్క చిత్రీకరణ అంత గొప్పది. భారతంలోని దాదాపు అన్ని పాత్రలూ కర్ణునితో వ్యవహారం పెట్టుకున్నవే!

పరిచయ వాక్యాలను అందించిన మిత్రులు శ్రీ కస్తూరి మురళీకృష్ణ గారు,శ్రీ పాణ్యం దత్తశర్మ గారు ఎంతో లోతుగా పరిశీలించి వ్రాసినట్లు తెలుస్తున్నది. ఇద్దరికీ బహుకృతజ్ఞతలు! ఇద్దరూ దాదాపు ఒకే సూచన చేసారు-ఇటువంటి పాత్రల గురించి, సన్నివేశాల గురించి వరుసగా ఇదే పద్ధతిలో రచనలు చేయమన్నారు. ఆ సంకల్పం నాకున్నది!

అర్ధరాత్రి ఆడది ఒంటరిగా ధైర్యంగా ఇంటికి వెళ్లగలిగిన రోజు భారతదేశానికి నిజమైన స్వాతంత్ర్యం అని గాంధీగారన్నారు. యువత చిత్తశుద్ధితో పరిశోధిస్తూ ఇటువంటి ఒక సంగ్రహాన్ని చేతిలో పట్టుకుని వేదికమైన కారుకూతలు కూస్తున్న ఎంత గొప్ప పండితుడనైనా నిలదీసి 'ఏమిటి మాట్లాడుతున్నావు స్వామీ? ఇదిగో ఇక్కడ మూలంలో ఉన్నది చెబుతాను విను-ధైర్యం ఉన్నదా వినటానికి?' అని గట్టిగా నిలదీయగలిగిన రోజు ఈ భరతభూమికి, దాని మేధాసంపదకు అసలు

స్వాతంత్ర్యం అని చెప్పటంలో నాకు ఏ మాత్రం సందేహం లేదు! ఆ రోజే నా జన్మ సార్థకం కాగలదు!

ఈ చిరుపుస్తకాన్ని అందంగా తీర్చి దిద్ది ప్రచురించిన నోషన్ ప్రెస్ వారికి ప్రత్యేకమైన ధన్యవాదాలు.

నా కృషికి తోడ్పడి, ఉత్సాహపరచిన నా శ్రీమతి సత్యవతికి కూడా కృతజ్ఞతలు తెలుపుకుంటున్నాను!

~వేదాంతం శ్రీపతిశర్మ

అమ్మ శ్రీమతి కృష్ణవేణి

నాన్న డా:వి.ఎ.కుమారస్వామి గారికి

చిరుకానుక!

వ్యాసభారతంలో అసలు కర్ణుడు!

ప్రతి గొప్పకావ్యానికి చరిత్ర, నాటకీయత,కవిత్వం, ధ్వని,ఔచిత్యం,రసం,తత్వప్రదర్శన అనునవి తగు రీతులలో కలబోసి ఉండటం సహజం. పాత్ర ఎంత గొప్పదైనా వీటన్నిటి ద్వారా అర్థం చేసుకోవలసిన అవసరం అందరికీ ఉంటుంది.అలా అర్థం చేసుకోవాలంటే సంపూర్ణంగా కావ్యాన్ని మన:పూర్వకంగా చదవటం, అధ్యయనం చేయటం అవసరం. అది చేయనప్పుడు ఒక పాత్ర ఒకలా ఎందుకు ప్రవర్తించింది, ఆ కావ్యంలో, కథలో ఆ పాత్ర యొక్క సమంజసమైన స్థానం ఏమిటి? అనునవి మనం తెలుసుకోలేము.రెండవ సమస్య కూడా ఏర్పడుతుంది-సందర్భాన్ని పూర్తిగా విస్మరించి వ్యాఖ్యానాలను చేసే ప్రమాదం ఎక్కువ!అసలు సందర్భం అంటే సంఘటనను చిత్రీకరించిన సందర్భం ఒకటైతే కావ్యం ఎంచుకున్న తత్వ దర్శనంలో ఆ సంఘటనకు గల ఔచిత్యం, కారణం వంటివి మరో సందర్భం క్రింద తెలుసుకోవాలి! దీనినే 'ఘటన ' అని కూడా చెప్పుకుంటాం.

జయసంహిత (మహాభారతం) లోకి వెళదాం...

1. దుర్వాసుడు బాహ్యంగా ఉగ్రస్వభావుడుగా కనిపించినప్పటికీ అంతరంగంలో ధర్మనిశ్చయం గల మహర్షి.

శ్లో: తస్యై స ప్రదదౌ మంత్రం ఆపద్ధర్మాన్వవేక్షయా

అభిచారాభిసంయుక్తం అబ్రవీచ్చైవ తాం ముని:

ముని పృథకు (కుంతికి) సంభవించబోయే ఆపదను గ్రహించి ఆపద్ధర్మంగా ఉపయోగించుకొనటానికి వశీకరణ మంత్రాన్ని ఉపదేశించి...

శ్లో: యం దేవం త్వమేతేన మంత్రేణావాహయిష్యసి

తస్య ప్రసాదేన పుత్రస్త్వా భవిష్యతి

ఈ మంత్రంతో నీవు ఏ దేవతలనాహ్వానించినా వారి అనుగ్రహంతో కుమారుని పొందగలవు...అన్నాడు.

దుర్వాసునికి పాండురాజుకు సంభవించనున్న సమస్య గురించి అవగాహన ఉన్నట్లు అర్థమవుతున్నది. కానీ కుతూహలంతో కుంతి సూర్యుని ఆహ్వానించింది.

ఆయన అనుగ్రహించటానికి వచ్చేసాడు.ఈ మంత్రం పుత్రప్రాప్తికి చెందినది కాబట్టి దానిని తప్పించి మరొకటి ఇవ్వటానికి లేదు.

శ్లో: మత్రప్రసాదాన్న తే రాజ్ఞి భవితా దోష ఇత్యుత

ఏవముక్త్వా స భగవాన్ కుంతిరాజసుతాం తదా

ప్రకాశకర్తా తపన: సంబభూవ తయా సహ

తత్ర వీర: సమభవత్ సర్వశస్త్రభృతాం వర:

ఆముక్తకవచ: శ్రీమాన్ దేవ గర్భ: శ్రియాన్వీత:

సూర్యుడు: యువరాణి! నా అనుగ్రహం వలన నీకు ఏ దోషము అంటదు. అలా చెప్పి కుంతితో సంగమించి ఆశీర్వదించాడు. అప్పుడే ఆమెకు ఒక కొడుకు పుట్టాడు సద్యోగర్భంఆ బాలుడు వీరుడూ, యోధులలో శ్రేష్ఠుడు. పుట్టుకతోనే కవచం ధరించిన శ్రీమంతుడు. దేవకుమారుని వలె ప్రకాశిస్తున్నాడు.

శ్లో: సహజం కవచం బిభ్రత్ కుండలోద్ధ్యోతితానన:

అజాయాత సుత: కర్ణ: సర్వలోకేషు విశ్రుత:

సహజమైన కవచాన్ని ధరించి కుండలాలతో ముఖమున వెలుగులను నింపుకొన్న సర్వలోక ప్రసిద్ధి గల కొడుకు-కర్ణుడు పుట్టాడు.

శ్లో: ప్రాదాచ్చ తస్యై కన్యాత్వం పున: స పరమద్యుతి:

దత్త్వా చ తపతాం శ్రేష్ఠ: దివదివమాచక్రమే తత:

సూర్యుడు ఆమెకు కన్యాత్వాన్ని మరల అనుగ్రహించాడు.తరువాత దేవలోకానికి వెళ్లిపోయాడు.'

శ్లో: గూహమానాపచారం సా బంధుపక్షభయాత్ తదా

ఉత్ససర్జ కుమారం తం జలే కుంతీ మహాబలం

కుటుంబ సభ్యులు ఏమంటారో అన్న భయంతో బలిష్ఠుడైన ఆ బాలుని నీటిలో వదలివేసింది.

శ్లో: తముత్సృష్టం జలే గర్భం రాధాభర్తా మహాయశా:

పుత్రత్వే కల్పయామాస సభార్య: సూతనందన:

ఆ పసికందును సూతనందనుడు, యశస్వి అయిన అధిరథుడు స్వీకరించాడు. రాధ, ఆమె భర్త ఆ బాలుని కొడుకుగా భావించారు.

(ఆదిపర్వం, 110వ అధ్యాయం, 6,7,17,18,19,20,22,23)

2. అస్త్రవిద్యా ప్రదర్శనలో చివరి అంశంగా అర్జునుడు అద్భుతమైన అస్త్రాలు, శస్త్రాలు ప్రదర్శించి, వ్యూహాలను కూడా సృష్టించి అందరినీ సంభ్రమాశ్చర్యాలలో ముంచేసాడు. ఆ తరువాత ద్వారం దగ్గర కోలాహలం వినిపించింది.

శ్లో: ప్రాంశు: కనకతాలాభ: సింహసంహననో యువా

అసంఖ్యేయగుణ: శ్రీమాన్ భాస్కరస్యాత్మసంభవ:

ఆ ద్వారం నుండి కర్ణుడు లోపలికి వచ్చాడు.బంగారు తాటిచెట్టువలె ఉన్నాడు. యువకుడైన అతని శరీరనిర్మాణం సింహాన్ని పోలి ఉంది. సూర్యుని కుమారుడు కాబట్టి దివ్యశోభతో వెలుగుతున్న అతడు లెక్కకందని మంచి లక్షణాలు కలవాడు.

శ్లో: స నిరీక్ష్య మహాబహు: సర్వతో రంగమండలం

ప్రణామో ద్రోణకృపయో: నాత్యాదృతమివాకరోత్

మహాబాహువైన ఆ కర్ణుడు రంగమండపమంతా కలయజూచి ద్రోణ కృపులకు నమస్కరించాడు.కాకపోతే ఆ నమస్కృతిలో పెద్దగా గౌరవభావం లేదు.

శ్లో: పార్థ యత్ తే కృతం కర్మ విశేషవదహం తత:

కరిష్యే పశ్యతాం నృణాం మాత్మనా విస్మయం గమ:

కర్ణుడు అర్జునునితో: పార్థా! నీవు ఈ రంగస్థలంపై ప్రదర్శించిన దానికన్న విశిష్టమైన విన్యాసాలను ఈ ప్రేక్షకుల సమక్షంలో ప్రదర్శించగలను. నీ గురించి నీవు గర్వపడవలదు.

శ్లో: తతో ద్రోణాభ్యనుజ్ఞాత: కర్ణ: ప్రియరణ: సదా

యత్ కృతం తత్ర పార్థేన తచ్చకార మహాబల:

కర్ణుడు పోరాటానికి ఎల్లవేళలా ఇష్టపడువాడు. ద్రోణుని అనుమతితో అర్జునుడు ప్రదర్శించిన అస్త్రవిద్యాకౌశలం అంతా తానూ ప్రదర్శించాడు.

అర్జునునితో ద్వంద్వయుద్ధం కోరాడు కర్ణుడు.

శ్లో: అనాహూతోపసృష్టానాం అనాహూతోప జల్పినాం

యే లోకాస్తాన్ హత: కర్ణ మయా త్వం ప్రతిపత్స్యసే

అర్జునుడు: పిలువని పేరంటానికి వచ్చినవారూ, అడగకుండా మాట్లాడేవారు, ఏ లోకాలకు పోతారో ఆ లోకాలకే నా చేత చచ్చి నీవు కూడా పోతావు.

శ్లో: రంగోయం సేర్వసామాన్య: కిమత్ర తవ ఫాల్గున

వీర్యశ్రేష్ఠాశ్చ రాజాన: బలం ధర్మోనువర్తతే

కర్ణుడు: ఈ రంగస్థలం అందరికీ చెందినది కానీ నీ ఒక్కడిదీ కాదు.బలపరాక్రమసంపన్నులైన వారే రాజులు. ధర్మం కూడా బలాన్నే అనుసరిస్తుంది.

శ్లో: అయం పృథాయాస్తనయ: కనీయాన్ పాండునందన:

కౌరవో భవతా సార్థం ద్వంద్వయుద్ధం కరిష్యతి

త్వమప్యేవం మహాబాహో మాతరం పితరం కులం

కథయస్వ నరేంద్రేణాం యేషాం త్వం కులభూషణం

కృపాచార్యుడు: ఇతడు కుంతి చిన్న కొడుకు, పాండునందనుడు, కురువంశస్థుడు. నీతో ద్వంద్వయుద్ధం చేస్తాడు. నీవు కూడా ఇలాగే నీ తల్లినీ, తండ్రినీ, కులాన్నీ ఈ రాజలోకానికి తెలియజేయి. నీవు ఏ వంశానికి భూషణమయ్యావు?

కర్ణుడు సిగ్గుతో తల వంచుకున్నాడు.

శ్లో: ఆచార్య త్రివిధా యోని: రాజ్ఞాం శాస్త్ర వినిశ్చయే

సత్కులీనశ్చ శూరశ్చ యశ్చ సేనాం ప్రకర్షతి

దుర్యోధనుడు: ఆచార్యా! శాస్త్రానుసారంగా రాజు అనటానికి మూడు కారణాలున్నాయి. ఉత్తమ కులంలో పుట్టినవాడు, శూరుడూ, సేనాధిపతి- ఈ ముగ్గురూ రాజులే.

కర్ణుని అంగరాజుగా పట్టాభిషిక్తుని చేసాడు. ఇద్దరూ మిత్రులైనారు.

(ఆదిపర్వం-135 వ అధ్యాయం-5,6,9,31,32,35)

శ్లో: పరిష్వజ్య చ తస్యాథ మూర్ధానం స్నేహవిక్లవ:

అంగరాజ్యాభిషేకార్థం అశ్రుభి: సిషిచే పున:

తం దృష్ట్వా సూతపుత్రోయం ఇతి సంచింత్య పాండవ:

భీమసేనస్తదా వాక్యం అబ్రవీత్ ప్రహసన్నివ

న త్వమర్హసి పార్థేన సూతపుత్ర రణే వధం

కులస్య సదృశస్తూర్ణం ప్రతోదో గృహ్యతాం త్వయా

అంగరాజ్యం చ నార్హస్త్వం ఉపభోక్తుం నరాధమ

శ్వా హుతాశసమీపస్థం పురోడాశనివాధ్వరే

ఏవముక్తస్తత: కర్ణ: కించిత్ ప్రస్ఫురితాధర:

గగనస్థం వినిశ్వస్య దివాకరముదైక్షత

జనంలో ఉన్న అధిరథుడు వాత్సల్యంతో కర్ణుని గుండెలకు హత్తుకుని అంగరాజ్యాభిషేకంతో అప్పటికే తడిసిన అతనిని కన్నీటితో మరల తడిపాడు.

కర్ణుని సూతపుత్రునిగా గ్రహించి భీమసేనుడు నవ్వాడు.

భీముడు: సూతపుత్రా! యుద్ధంలో అర్జునుని చేతిలో చావటానికి కూడా నీకు అర్హత లేదు.నీ కులానికి తగినట్లుగా వెంటనే కొరడాని చేతపట్టు. అంగరాజ్యాన్ని అనుభవించటానికి కూడా నీవు అర్హుడవు కావు.యాగంలో అగ్ని హోత్రునికి దగ్గరగా ఉన్న పురోడాశాన్ని కుక్క పొందలేదు కదా!

భీమసేనుని ఆ మాటలు విని కర్ణుని పెదవి కొద్దిగా కంపించింది. పెద్ద నిట్టూర్పు విడిచి గగనతలంపై నున్న సూర్యుని చూసాడు.

శ్లో: క్షత్రియాణాం బలం జ్యేష్ఠం యోద్ధవ్యం క్షత్రబంధునా

శూరాణాం చ నదీనాం చ దుర్విదా: ప్రభవా: కిల

సలిలాదుత్థితో వహ్ని: యేన వ్యాప్తం చరాచరం

దధీచస్యాస్థితో వజ్రం కృతం దానవసూదనం

ఆగ్నేయ: కృత్తికాపుత్ర: రౌద్రో గాంగేయ ఇత్యపి

శ్రూయతే భగవాన్ దేవ: సర్వగుహ్యామయో గుహ:

క్షత్రియేభ్యశ్చ యే జాతా: బ్రాహ్మణాస్తే చ తే శ్రుతా:

విశ్వామిత్రప్రభృతయ: ప్రాప్తా బ్రహ్మత్వమవ్యయం

ఆచార్య: కలాశాజ్జాత: ద్రోణ: శస్త్రభృతాం వర:

గౌతమస్యాన్వవాయే చ శరస్తంబాచ్చ గౌతమ:

భవతాం చ యథా జన్మ తదప్యాగమితం మయా

సకుండలం సకవచం సర్వలక్షణలక్షితం

కథమాదిత్యసదృశం మృగీ వ్యాఘ్రం జనిష్యతి

దుర్యోధనుడు ముందుకు వచ్చాడు.

దుర్యోధనుడు: క్షత్రియులకు బలమే ప్రధానం. బలముంటే హీనక్షత్రియునితోనయినా పోరాడవలసిందే.శూరుల పుట్టుక,ఏరుల పుట్టుకలలోని వాస్తవాలను తెలిసికొనటం చాలా కష్టం.

చరాచరప్రపంచమంతా వ్యాపించి ఉన్న అగ్ని నీటి నుంచి పుట్టింది. రాక్షససంహారం చేయగల వజ్రాయుధం దధీచి వెన్నెముక నుండి తయారయినది. సమస్త గుహ్య స్వరూపుడైన స్కంద భగవానుడు అగ్ని, కృత్తిక, రుద్రుడు, గంగ-వీరందరి కొడుకని అంటారు.

ఎంతో మంది బ్రాహ్మణులు క్షత్రియులకు పుట్టినవారున్నారు.విశ్వామిత్రునివంటి క్షత్రియులు కూడా బ్రాహ్మణత్వాన్ని పొందారు.శస్త్రధారులలో మేటి అయిన ద్రోణాచార్యుడు కలశం నుండి పుట్టినవాడు. కృపాచార్యుడు రెల్లుపొద నుండి పుట్టినవాడు.

మీ సోదరులందరి పుట్టుక ఎటువంటిదో నాకు తెలుసు. సర్వశుభలక్షణాలతో కూడి కవచకుండలాలతో పుట్టిన ఈ సూర్యతేజస్కుడు కర్ణుడు సూతస్త్రీకి ఎలా పుట్టగలడు? జింక పులిని కనలేదు కదా?

...సూర్యుడు అస్తమించగా ఎవరి దారిన వారు వెళ్లిపోయారు.

శ్లో: దుర్యోధనస్యాపి తదా కర్ణమాసాద్య పార్థివ

భయమర్జున సంజాతం క్షిప్రమంతరధీయత

స చాపి వీర: కృతశస్త్రనిశ్రమ:

పరేణ సామ్నాభ్యవదత్ సుయోధనం

యుధిష్ఠిరస్యాప్యభవత్ తదా మతి:

న కర్ణతుల్యోస్తి ధనుర్ధర: క్షితే!

కర్ణుడు చేరిన తరువాత దుర్యోధనునికి కూడా అర్జునుని కారణంగా కలిగిన భయం వెంటనే అంతరించిపోయింది. కర్ణుడు కూడా సుయోధనునితో ప్రేమగా వ్యవహరించ సాగాడు. కర్ణునితో సమానుడయిన విలుకాడు భూమిపై లేడని ధర్మరాజు కూడా భావించాడు.

(ఆదిపర్వం 136వ అధ్యాయం-4-8,11-16,24,25)

ఈ వృత్తాంతంలో కొన్ని ఆసక్తికరమైన అంశాలున్నాయి. ఇదంతా గమనించి (తొలుత మూర్ఛపోయి విదురుని ద్వారా తెలివిలోకి వచ్చిన) కుంతి కర్ణుని చూసుకుని ఎవరికీ తెలియకుండా ఆనందించిందంటాడు వ్యాసుడు!

కర్ణుని అసలు పేరు వసుషేణుడు. అతని గురించి తెలియకుండానే దుర్యోధనుడు, అర్జునుడు 'కర్ణా ; అని ఎలా సంభాషించారని కొందరు అడుగుతారు. సహజమైన కుండలాలు గలవారిని 'కర్ణా ' అని

గుర్తించటం పరిపాటి. ఈ కుండలాల గురించి దుర్యోధనుడు కూడా పేర్కొన్నాడు.

దుర్యోధనుడు ఎంతో హృద్యమైన ఉదాహరణలు చెప్పాడు. తేజస్సు, శౌర్యపరాక్రమములు వాటి అస్తిత్వాల వలన ప్రాధాన్యత పొందుతాయి కానీ అవి ఎక్కడినుండి వచ్చాయి అనునవి యోచించవలసిన అవసరం లేదని స్పష్టం చేసాడు. ఇక్కడ ప్రతిభ గురించి మాట్లాడుతూ ఆ సందర్భంలో మూలాల ప్రస్తావన చేసాడు. ఆ క్రమంలో కులాలను ప్రస్తావించాడు కానీ కులాలను విషయంగా చేసుకుని దుర్యోధనుడు మాట్లాడలేదు. అందునా ఒక కులాన్ని ఎంచి అసలు మాట్లాడలేదు. ఇది గమనించాలి. ఇది కాదు, దుర్యోధనుడు గొప్ప సామాజికశాస్త్రవేత్త అని చెప్ప దలచుకుంటే సభాపర్వంలో బాబాయి అయిన విదురుని అవమానిస్తూ 'ఈ సభా మందిరాన్ని అంతా ఊడ్చి పెట్టు ' అని ఎలా అనగలడు?

ఈ ఆలోచనా సరళి సాగుతున్నప్పుడు కర్ణుని పెంచిన అధిరథుడు -ఈ తేజస్వి నా బిడ్డ కాదు, మాకు నీటిలో ప్రవహిస్తూ దొరికిన వాడు అని చెప్ప లేదు! పోషించి పెంచిన వాడు కూడా కన్న తండ్రితో సమానమన్నది ధర్మశాస్త్రం! తన బిడ్డకు గుర్తింపు, పదవి దొరికిన తరువాత అది అవసరం లేదని వెళ్లిపోయాడు కాబోలు.

పాండుపుత్రుల వలన భయాందోళనలతో ఉన్న కౌరవులకు లభించిన గొప్ప ఆయువుపట్టు కర్ణుడు. ఇతను లేకుంటే యుద్ధం జరిగేదా?

3. శ్లో: సబాల వృద్ధాస్తే పౌరా: కౌరవానభ్యయుస్తదా

శ్రుత్వా సుతుములం యుద్ధం కౌరవానేవ భారత

ద్రవంతిస్మ నదంతిస్మ క్రోశంత: పాండవాన్ ప్రతి

పాండవాస్తు స్వరం శ్రుత్వా ఆర్తానాం లోమహర్షణం

పాంచాల శరభిన్నాంగ: భయమాసాద్య వై వృష:

కర్ణో రథాదవప్లుత్య పలాయనపరోభవత్

అభివాద్య తతో ద్రోణం రథానారురుహుస్తదా

యుధిష్ఠిరం నివార్యాశు మా యుధ్యస్వేతి పాండవం

ద్రోణుడు దక్షిణగా ద్రుపదుని బంధించి తెమ్మన్నప్పుడు ముందుగా కర్ణునితో సహా కౌరవులు ఉరికారు. ద్రుపదుడు తక్కువ వాడు కాడు. కౌరవులు వెనక్కి వచ్చాక వెళ్లవచ్చని అర్జునుడు యోచించాడు. అలాగే జరిగింది. పాంచాల నగరంలోని పౌరులు ఆబాలవృద్ధంగా కౌరవులనెదిరించారు.కౌరవులు యుద్ధం చేయలేక పాండవుల వైపు పరుగులు తీసారు.

పాంచాల రాజు బాణాలతో శరీరం ఛిన్నాభిన్నం కాగా కర్ణుడు భయపడి రథం దిగి పారిపోసాగాడు.

పాండవులు ద్రోణునకు నమస్కరించి రథాలనెక్కారు. ధర్మరాజుని యుద్ధం చెయ్యక్కరలేదని చెప్పారు!

ఈ సందర్భంలో కర్ణుని పలాయనం చెప్పే శ్లోకం ప్రక్షిప్తమని కొందరి అభిప్రాయం.కాకపోతే దీని ముందర 'వ్యధమత్ తాన్యనీకాని తత్ క్షణాదేవ భారత, దుర్యోధనం వికర్ణం చ కర్ణం చాపి మహాబలం ' అన్నాడు.

అలాతచక్రం (మండుతూ తిరుగుతున్న చక్రం) లోని బాణాలతో దుర్యోధనుని, కర్ణుడినీ అనేక రాజకుమారులనీ ద్రుపదుడు చితక కొట్టాడని చెప్పటం జరిగింది.

(ఆదిపర్వం-137వ అధ్యాయం 24,25,26)

4. శ్లో: ప్రాణాధికం భీమసేనం కృతవిద్యం ధనంజయం

దుర్యోధనో లక్షయిత్వా పర్యతప్యత దుర్మనా:

తతో వైకర్తన: కర్ణ: శకునిశ్చాపి సౌబల:

అనేకైరభ్యుపాయైస్తే జిఘాంసంతి స్మ పాండవాన్

...పురజనులు పాండుపుత్రులను ప్రశంసించటం ధృతరాష్ట్రునకు నచ్చలేదు. వారిని రూపుమాపాలనే నిశ్చయించుకున్నాడు.

భీముడు అందరిలో బలాధికుడు. అర్జునుడు శస్త్రవిద్యలో నేర్పరి. అది తలచుకుంటూ దుర్మనస్కుడైన దుర్యోధనుడు పరితపించిపోయాడు. అప్పుడు సూర్యపుత్రుడు కర్ణుడు, సుబలపుత్రుడు శకుని వివిధోపాయాలతో పాండవులను చంపాలని భావించారు.

...అమిత తేజస్వి అయిన కర్ణుడు కూడా కేవలం ఉపాయాలతో పాండుపుత్రులను చంపాలనుకోవటం భావ్యమా? యుద్ధంలో బలాబలాలు తేల్చుకుందామని ఎందుకు మిత్రునికి చెప్పలేకపోయాడు? వారణావతానికి పాండవులు ఎందుకు వెళ్లాల్సి వచ్చింది?

దుర్యోధనుని చెంత నివసిస్తున్న కర్ణుడు కేవలం మైత్రికి లోబడి ధర్మబద్ధంగా ప్రవర్తించలేకపోయాడా? ఇది వీరోచితమా?

అర్జునిడితో ద్వంద్వయుద్ధం చేసి అతనికన్నా గొప్పవాడు అని నిరూపించాలనుకునే కర్ణుడు దుర్యోధనుని దొంగదారులను ఎందుకు సమర్థించాలి? వనవాసం సమయంలో కూడా పాండవులను వెంటాడి చంపాలనుకోవటం కర్ణుని చరిత్ర గురించి పెద్ద గొప్పగా ఏమీ చెప్పటంలేదు...

(ఆదిపర్వం 140వ అధ్యాయం 20,21)

శ్లో: సర్వాన్ నృపాంస్తాన్ ప్రసమీక్ష్య కర్ణ:

ధనుర్ధరాణాం ప్రవరో జగామ

ఉద్ధృత్య తూర్ణం ధనురుద్యతం తత్

సజ్యం చకారాశు యుయోజ బాణాన్

దృష్ట్వా సూతం మేనిరే పాండుపుత్రా:

భిత్త్వానీతం లక్ష్యవరం ధరాయాం

ధనుర్ధరా రాగకృతప్రతిజ్ఞం

అత్యగ్ని సోమార్క మథార్కపుత్రం

దృష్ట్వా తు తం ద్రౌపదీ వాక్యముచ్చై: జగాద నాహం వరయామి సూతం

సామర్షమాసం ప్రసమీక్ష్య సూర్యం తత్యాజ కర్ణ: స్ఫురితం ధనుస్తత్

ద్రౌపదీ స్వయంవరంలో చాలా మంది ధనుస్సును ఎక్కుపెట్టలేకపోయారు. (లక్ష్యాన్ని ఛేదించటం తరువాతి మాట)ఎక్కుపెట్టలేని వారిలో దుర్యోధనుడు, శిశుపాలుడు, జరాసంధుడు, శల్యుడు కూడా ఉన్నారు. కర్ణుడు లేచి నిలుచున్నప్పుడు పాండవులు 'ఇతను ఎక్కుపెట్టి ఛేదించగలడు ' అనుకున్నారు. కర్ణుడు విల్లును లేపి ఎక్కుపెట్టాడు. ఇంతలో ద్రౌపది 'నేను సూతపుత్రుని వరించను ' అన్నది.కర్ణుడు కోపంతో నవ్వుతూ సూర్యుని వైపు చూసి ధనుస్సును వదిలేసాడు.

(ఆదిపర్వం 186వ అధ్యాయం-21,22,23)

'సామర్థ్యహాసం ' -ఈ రుగ్మత చివరి వరకు ఉండిపోయినట్లు కనిపిస్తుంది. దీనిని అధిగమించి ధర్మానువర్తనం వైపు వెళ్లలేకపోవటం కర్ణుని చరిత్రలో ప్రస్ఫుటంగా కనిపిస్తుంది.

శ్లో: ఏకోభర్తా స్త్రియా దేవై: విహిత: కురునందన

ఇయం త్వనేకవశగా బంధకేతి వినిశ్చితా

అస్యా: సభామానయనం న చిత్రమితి మే మతి:

ఏకాంబరధరత్వం వాప్యథ వాపి వివస్త్రతా

యచ్చైషాం ద్రవిణం కంచిద్ యా చైషా యే చ పాండవా:

సౌబలేనీహ తత్ సర్వం ధర్మేణ విజితం వసు

దు:శాసన సుబాలోయం వికర్ణం ప్రాజ్ఞవాదిక:

పాండవానాం చ వాసాంసి ద్రౌపద్యాశ్చాప్యుపాహర

5. ఇక సభలో రభస చూద్దాం. వికర్ణుడు ద్రౌపదిని పణంగా పెట్టించటం అధర్మమని పేర్కొంటున్నప్పుడు కర్ణుడు చెప్పిన మాటలు జాగ్రత్తగా పరిశీలించాలి.

కర్ణుడు: దేవతలు స్త్రీకి ఒక్క భర్తేయని విధించారు. కానీ ఈ ద్రౌపది అనేకులకు భార్య. కాబట్టి బంధకి అని నిర్ణయింపబడుతోంది.

అటువంటి ఈమెను ఏకవస్త్ర అయినా వివస్త్ర అయినా సభలోకి ఈడ్చుకుని రావటం విచిత్రం కాదని నా అభిప్రాయం. పాండవుల ధనాన్నీ, ఈమెనూ, పాండవుల మొత్తం సంపదనూ శకుని ధర్మబద్ధంగానే గెలుచుకున్నాడు. దుశ్శాసనా! ఈ వికర్ణుడు బాలుడు. పండితుని వలె మాట్లాడుతున్నాడు. పాండవుల వస్త్రాలను, ద్రౌపది వస్త్రాలను కూడా ఊడదీయి!

జూదం ఆడటానికి ధృతరాష్ట్రుడు ఆహ్వానించాడు. అందరూ సోదరులు కాబట్టి ఒక 'సఖ్యత' కోసం ఆడుతున్నట్లు కనిపించి కౌరవులు గెలుస్తుంటే లోలోపల సంతోషించాడు రెండు బుద్ధులు గల గ్రుడ్డి రాజు ధృతరాష్ట్రుడు. వస్తుత: ద్రౌపది ఆయనకు కోడలు కాదా? ఆ వంశానికి కులస్త్రీ కాదా?

ఆ ఇంటి కులస్త్రీని వివస్త్ర చేయమని ఆయన ఉప్పు తింటూ బ్రతుకుతున్న కర్ణుడు అడుగవచ్చునా? దుర్యోధనుడు ప్రతీకారం తీసుకున్నట్లు అర్థం చేసుకోవాలన్నా అతనికి ప్రతీకారం పాండవుల పట్ల అసూయ వలన కావచ్చు కానీ సూటిగా ద్రౌపదితో అతనికేమీ లేదు! మయసభలో దుర్యోధనునికి భంగపాటు జరిగినప్పుడు అక్కడ శ్రీకృష్ణుడూ లేడు, ద్రౌపదీ లేదు! మొదటి సారి ధృతరాష్ట్రుడు నచ్చజెప్పే ప్రయత్నం చేస్తూ శ్రీకృష్ణుడు అక్కడ ఉన్నాడా అని అడిగినప్పుడు జూదానికి ఆ మహారాజును ఒప్పించే దృఢమైన ఆలోచనలో దుర్యోధనుడు అసలు ఈ వ్యవహారమంతా ఆయనే కదా

నడిపించింది అని చెబుతూ ఆయన మరింత బాధపడాలని యోచించి ద్రౌపది కూడా నన్ను చూసి నవ్వింది అని సెలవిచ్చాడు!...

శమదమములు ఎంతటివారికైనా అంత తేలికగా అలవడవన్నది అక్షరసత్యం! అవి లేని చోట ధర్మపరాయణత లోపిస్తుంది. ఆ కోవలో వాలిని చూస్తాం, కర్ణునీ చూస్తాం...

(ఆదిపర్వం-సభాపర్వం 68వ అధ్యాయం 35,36,37,38)

శ్లో: నాగమిష్యంతి తే ధీరా: అకృత్వా కాలసంవిదం

ఆగమిష్యంతి చేన్మోహాత్ పునర్ద్యూతేన తాన్ జయ

6. కర్ణుడు: ధీరులైన పాండవులు ప్రతిజ్ఞా కాలాన్ని పూర్తి చేయకుండా తిరిగి రారు. ఒక వేళ అజ్ఞానవశం వలన వస్తే మళ్లీ జూదంతో వారిని జయించు

(వనపర్వం 7వ అధ్యాయం, 13)

శ్లో: అస్త్రయుద్ధే సమో వీర న తే కశ్చిద్ భవిష్యతి

అప్రమత్త: సదాదక్ష: సత్యవాదీ జితేంద్రియ:

బ్రహ్మణ్యశ్చాస్త్రవిచ్చాసి శూరశ్చాసి కురూద్వహ

అస్త్రాణి సమవాప్తాని త్వయా దశ చ పంచ చ

పంచభిర్విధిభి: పార్థ విద్యతే న త్వయా సమ:

ప్రయోగముపసంహారం ఆవృత్తిం చ ధనంజయ

ప్రాయశ్చిత్తం చ వేత్థ త్వం ప్రతీఘాతం చ సర్వశ:

తతోగుర్వర్థకాలోయం సముత్పన్న: పరంతప

ఇంద్రుడు అర్జునునితో: వీరుడా!అస్త్రయుద్ధంలో నీకెవ్వడూ సమానుడు కాలేడు.నీవెప్పుడూ జాగరూకుడవు. సమర్థుడవు. ఇంద్రియాలను జయించినవాడవు. సత్యాన్నే పలుకుతావు. బ్రాహ్మణభక్తి కలవాడవు.శూరుడవు.ఐదు విధులలో పదిహేను అస్త్రాలను నీవు సంపాదించావు. నీకు సమానుడే లేడు.ప్రయోగము, ఉపసంహారము, ఆవృత్తి,ప్రాయశ్చిత్తము,ప్రతిఘాతములను పూర్తిగా తెలుసుకున్నావు.

(వనపర్వము 168వ అధ్యాయం-65-68)

అర్జునుని ఇంద్రియనిగ్రహం (ఊర్వశినే తిరస్కరించాడు)ముందు కర్ణుని వ్యవహారం ఏ మాత్రం పోలిక లేనిది. అందుచేత ఇంద్రుడు అర్జునునితో నీకు సమానుడే లేడని తేల్చి చెప్పాడు. అలా చెప్పేటప్పుడు ఇంద్రియనిగ్రహం, సత్యవ్రతం ప్రత్యేకంగా పేర్కొన్నాడు.

శ్లో: తతో రథాదవప్లుత్య సూతపుత్రోసిచర్మభృత్

వికర్ణరథమాస్థాయ మోక్షా యాశ్వానచోదయత్

(వనపర్వం, ఘోషయాత్రాపర్వం-241వ అధ్యాయం, 32)

గంధర్వులతో ఒంటరిగా చాలా సేపు యుద్ధం చేసినప్పటికీ వాళ్ల చేతికి చిక్కే సమయంలో కర్ణుడు కత్తినీ, ఢాలునూ పట్టుకుని తన రథం నుండి దూకి వికర్ణుని రథాన్ని ఎక్కి ఆత్మరక్షణకై గుర్రాలను వేగంగా తోలాడు.

శ్లో: కర్ణస్య చ మహాబాహెూ సూతపుత్రస్య దుర్మతే:

న చాపి పాదభాక్ కర్ణ: పాండవానాం నృపోత్తమ

ధనుర్వేదే చ శౌర్యే చ ధర్మేవా ధర్మవత్సల

(వనపర్వం-ఘోషయాత్రాపర్వం-253వ అధ్యాయం,9)

భీష్ముడు దుర్యోధనునితో: దుర్మతి అయిన కర్ణుని పరాక్రమాన్నీ నీవు చూసావు. ధర్మవత్సలా! ధనుర్వేదంలో కానీ, శౌర్యంలో కానీ, ధర్మంలో కానీ కర్ణుడు పాండవులలో పావు వంతుకు కూడా సరిపోడు. (కాబట్టి ఈ వంశవృద్ధి కోసం మహాత్ములయిన పాండవులతో సంధి చేసుకోవటమే తగినదని నేను భావిస్తున్నాను)

ఈ పరాభవానికి, అవమానానికి విరుగుడుగా కర్ణుడు జైత్రయాత్ర చేసి రాజులందరినీ గెలుచుకుని వచ్చాడు.

శ్లో: ఏవం విజిత్య రాజేంద్ర కర్ణ: శస్త్రభృతాం వర:

సపర్వతవనాకాశాం ససముద్రాం సనిష్కుటాం

దేశైరుచ్చావచై: పూర్ణాం పత్తనైర్నగరైరపి

ద్వీపైశ్చానూపసంపూర్ణై: పృథివీం పృథివీపతే

కాలేన నాతిదీర్ఘేణ వశే కృత్వా తు పార్థివాన్

అక్షయం ధనమాదాయ సూతజో నృపమభ్యయాత్

(254-31,32,33)

కర్ణుడు పర్వతాలు, వనాలు, శూన్యప్రదేశాలు, సముద్రాలు, ఉద్యానాలు, చిన్న, పెద్ద దేశాలు,పట్టణాలు, నగరాలు, ద్వీపాలు,జలప్రాంతాలు- వీటన్నిటితో నిండిన సమస్త పృథివిని స్వల్ప వ్యవధిలోనే జయించి, రాజులను లొంగదీసుకుని అక్షయ ధనాన్ని సాధించి ధృతరాష్ట్రుని దర్శనానికి వెళ్లాడు.

శ్లో: తదా ప్రభృతి రాజా చ శకునిశ్చాపి సౌబల:

జానతే నిర్జితాన్ పార్థాన్ కర్ణేన యుధి భారత

(36)

నాటి నుండి దుర్యోధనుడు, శకుని యుద్ధంలో కర్ణుడు పాండవులను జయించినట్లే భావించారు!

7. సూర్యుడు కలలో కనిపించి కర్ణునితో ఇంద్రుడు వచ్చి కవచకుండలాలను గ్రహిస్తాడని వారించాడు.

శ్లో:బిభేమి న తథా మృత్యో: యథా బిభ్యేనృతాదహం

విశేషేణ ద్విజాతీనాం సర్వేషాం సర్వదా సతాం

ప్రదానే జీవితస్యాపి న మే త్రాస్తి విచారణా (వనపర్వం 302-6 1/2)

కర్ణుడు: నేను అసత్యానికి భయపడినట్లు మృత్యువుకు కూడా భయపడను. విశేషించి ఎల్లప్పుడు సజ్జనులయిన విప్రులకందరకూ భయపడతాను. వారికై ప్రాణాలనివ్వవలసి వచ్చినా నేను ఆలోచించను.

చివరకు ఇంద్రుని వద్ద ఒక్క శత్రువును సంహరించటం కోసం, ఒక్కసారే ప్రయోగించేందుకు ఒక అమోఘమైన శక్తిని పొందుటకు బదులుగా కవచ కుండలాలను దానమిచ్చేందుకు సిద్ధమైనాడు...

శ్లో: సేయం తవ కరప్రాప్తా హత్వైకం రిపుమూర్జితం

గర్జంతం ప్రతపంతం చ మామేవైష్యతి సూతజ (వనపర్వం 310-25)

ఇంద్రుడు: అయితే ఇది నీ చేతికి వచ్చిన తరువాత బలవంతుడై గర్జిస్తూ ప్రతాపాన్ని ప్రదర్శిస్తున్న శత్రువుని ఒక్కని మాత్రమే చంపి మళ్లీ నీ దగ్గరకు వస్తుంది.

శ్లో: ఏకమేవాహమిచ్ఛామి రిపుం హంతుం మహాహవే

గర్జంతం ప్రతపంతం చ యతో మమ భయం భవేత్ (26)

కర్ణుడు: నన్ను ఎప్పుడూ భయపెడుతూ మహారణరంగంలో గర్జిస్తూ ప్రతాపాన్ని ప్రదర్శించే ఒకే ఒక శత్రువును చంపాలనుకుంటున్నాను.

శ్లో: ఏకం హనిష్యసిరిపుం గర్జంతం బలినం రణే

త్వం తు యం ప్రార్థయస్యేకం రక్ష్యతే స మహాత్మనా

యమాహుర్వేదవిద్వాంస: వరార్హమపరాజితం

నారాయణమచింత్యం చ తేన కృష్ణేన రక్ష్యతే (27,28)

ఇంద్రుడు: నీవు చంపదలచుకున్న వ్యక్తిని పరమాత్మ రక్షిస్తున్నాడు. వేదవేత్తలు పురుషోత్తముడనీ, అపరాజితుడనీ, అచింత్యరూపుడనీ, నారాయణుడనీ చెపుతుంటారో ఆ శ్రీకృష్ణుడు ఆ వీరుని రక్షిస్తున్నాడు.

శ్లో: ఏవమప్యస్తు భగవన్ ఏకవీరవధే మమ

అమోఘం దేహి మే శక్తిం యతా హన్యాం ప్రతాపినం (29)

కర్ణుడు: అలా అయినా సరే, ఒక్కరినే చంపగల ఆ అమోఘ శక్తిని నాకిమ్ము. దానితో ప్రతాపశాలి అయిన శత్రువును చంపుతాను.

అలా కర్ణుడు కవచకుండలాలను కోసి ఇచ్చాడు. నవ్వుతూనే ఉన్నాడు.

శ్లో: తతో దివ్యా దుందుభయ: ప్రణేదు:

పపాతోచ్చైః పుష్పవర్షం చ దివ్యం

దృష్ట్వా కర్ణం శస్త్రసంకృత్తగాత్రం

ముహుశ్చాపి స్మయమానం నృవీరం (37)

అప్పుడు శరీరాన్ని శస్త్రంతో కోసుకుంటూ కూడా నవ్వుతూనే ఉన్న ఆ నరవీరుని-కర్ణుని చూసి దివ్యదుందుభులు మ్రోగాయి. దివ్యపుష్పవృష్టి కూడా పెద్దగా కురిసింది.

వ్యాసుడు ఈ క్రమంలో ఏం చెప్పదలచుకున్నాడు? రెండున్నాయని స్పష్టం చేస్తున్నాడు-కనిపిస్తున్నదొకటి, కనిపించకున్నా ఉన్నదొకటి. ఆ మరొకటి ధర్మయుద్ధం అనునది. 'సమస్త పృథివిని స్వల్ప వ్యవధిలోనే జయించి...' అని చెప్పి ఆ అధ్యాయం ముగించలేదు. చివరి శ్లోకంలో యుద్ధంలో కర్ణుడు పాండవులను జయించినట్లే భావించారు అని చెప్పి ముగించాడు. దుర్యోధనునికి శకునికి అలా కనిపించిందని భావార్థం!

అర్జునుని చేతిలో కర్ణుడు చనిపోయేవరకూ ఈ సరళి ఇలానే ఉంటుంది.

8. శ్లో: స పార్థముక్తైరిషుభిః ప్రణున్నః

గజో గజేనైవ జితస్తరస్వీ

విహాయ సంగ్రామశిరః ప్రయాతః

వైకర్తనః పాండవబాణతప్తః

(విరాటపర్వం-గోహరణ పర్వం-54-36)

గోగ్రహణ ఘట్టంలో అర్జునుడొక్కడే సమస్త కౌరవ సైన్యాన్ని చీల్చి చెండాడాడు. యుద్ధం అనేది రోజూ చేసుకునే వంట లాంటిది కాదు! ఒక్కో సందర్భానికీ ఒక్కో పరిస్థితికీ ఒకరి యావత్ సామర్థ్యం మన ముందుకు వస్తుంది. నివురుగప్పిన నిప్పు (అజ్ఞాతవాసం) ఒక్క సారి పైకి లేచింది. జనస్థానంలో శ్రీరాముడు ఒంటరిగా 14000 మంది రాక్షసులను సంహరించటం రామాయణంలో గొప్ప దృశ్యం. (సందర్భం, పాత్రలు వేరైనా పోలిక లేకపోలేదు).

...అర్జునుడు విడచిన బాణాలచే గాయపడిన ఆ కర్ణుడు ఏనుగు చేత ఓడింపబడిన మరొక ఏనుగులాగా రణరంగాన్ని వీడి పారిపోయాడు! ఇది శ్లోకం తాత్పర్యం.

ఇక్కడ అర్జునుడు ప్రయోగించినవి కేవలం శస్త్రాలు మాత్రమే.అందుచేత అతని యుద్ధకౌశలం,బలంతో కూడిన వేగం, పౌరుషం,సామర్థ్యం అన్నీ కలబోసి ఈ రోజు ఆట నాది అని చెలరేగిపోయాడు. కర్ణుడు తట్టుకోలేకపోయాడు.

కర్ణుడా? అర్జునుడా? అన్న ప్రశ్నను ఈ నేపథ్యంలో అర్థం చేసుకోవాల్సి ఉంటుంది.

జనస్థానంలో అలా ఒక్కడే యుద్ధం చేయగలిగిన శ్రీరాముడు రావణుని 'నేడు పోయి రేపు రమ్ము ' అని చెప్పగలిగిన వాడు చివరకు రావణునితో

అంత పోరు ఎందుకు చేయాల్సి వచ్చింది? ఒక సందర్భానికీ ఒక చిత్రీకరణ తప్పదు. ఆ సంఘటనలో ఆ దినుసు ఉంటుంది. దానికి సముచితంగా కవి వర్ణన చేస్తాడు. అప్పుడే అది రక్తి కడుతుంది. ఎక్కువ తక్కువ అనేవి పూర్తి కథను అవగాహన చేసుకున్న తరువాత తేల్చుకోవాల్సి ఉంటుంది. తర్కశాస్త్రంలో 'అర్థమవబోద్ధుం ప్రభవామ: పర్యనుయోక్తుం శక్ష్యామ: 'అంటాడు. అర్థాన్ని మరింత ప్రభవింప చేయాలి అనుకున్నప్పుడు సంఘటనల ద్వారా, ఇతర పాత్రల ద్వారా వైపరీత్యాన్నీ, మరో కోణాన్నీ ఆవిష్కరించటం గొప్ప కావ్యాలలో మనం చూస్తాం. కథా ప్రస్థానం సాగుతున్నప్పుడు తీరు తెన్నులు కూడా ఎలా మారుతున్నాయన్నది గమనిస్తూ అర్థం చేసుకోవాల్సి ఉంటుంది. పద్మవ్యూహంలో ద్రోణుడు అర్జునుని ఎందుకు అడ్డుకోలేకపోయాడని దుర్యోధనుడు కోపగించినప్పుడు కర్ణుడు అతన్ని నివారిస్తాడు. 'అర్జునుడు వయసులో ఉన్నవాడు, సమర్థుడైన విలుకాడు, అతని వేగాన్ని పెద్దాయన తట్టుకోలేకపోయాడు ' అని చెప్పాడు! అర్జునుని గొప్పతనం ఏమిటి? అనేది కర్ణుని పాత్ర ద్వారా ఎక్కువ విదితమౌతుంది!కర్ణుడే లేకుంటే అర్జునుని ప్రాశస్త్యం మనకు తెలియదు...

9. రాయబారానికి వెళ్లినప్పుడు శ్రీకృష్ణుడు తిరిగి వర్ధమాన ద్వారం వైపు బయలు దేరుతూ కర్ణుని రథంలోకి ఎక్కించుకుని అతని జన్మ గురించి చెప్పి ధర్మశాస్త్రానుసారం పాండురాజే అతనికి తండ్రి అని చెబుతాడు.పాండవుల పక్షం వహించి రాజ్యాన్ని స్వీకరించమంటాడు. ఇక్కడ కర్ణుడు చెప్పిన మాటలలో కొన్ని ప్రస్తావించటం సముచితం...

శ్లో: యది జానాతి మాం రాజా ధర్మాత్మా సంయతేంద్రియ:

కుంత్యా: ప్రథమజం పుత్రం న స రాజ్యం గ్రహిష్యతి

ప్రాప్య చాపి మహద్రాజ్యం తదహం మధుసూదన

స్ఫీతం దుర్యోధనాయైవ సంప్రదద్యామరిందమ

స ఏవ రాజా ధర్మాత్మా శాశ్వతోస్తు యుధిష్ఠిర:

నేతా యస్య హృశీకేశ: యోద్ధా యస్య ధనంజయ:

(ఉద్యోగపర్వం-141-21,22,23)

కర్ణుడు: కృష్ణా! ఈ విషయంలో మన ఆలోచనలన్నీ రహస్యంగా ఉంచు. ఇదే మేలని అనుకుంటున్నాను.ధర్మాత్ముడు, జితేంద్రియుడు అయిన ధర్మరాజుకు నేను కుంతి యొక్క మొదటి కొడుకునని తెలిస్తే అతడు రాజ్యం స్వీకరించడు.ఒక వేళ నాకే రాజ్యమంతా లభిస్తే దానినంతా దుర్యోధనునికే ఇవ్వాలి. ధర్మాత్ముడైన యుధిష్ఠిరుడే శాశ్వతంగా రాజు కావాలి.అతనిని నడిపే వాడు హృశీకేశుడు, అతని కోసం యుద్ధం చేసేవాడు ధనంజయుడు కనుక!

శ్లో: ఆధ్వర్యవం చ తే కృష్ణ క్రతావస్మిన్ భవిష్యతి

హెూతా చైవాత్ర బీభత్సు: సన్నద్ధ: స కపిధ్వజ:

(30)

కర్ణుడు: యుద్ధంలా కనిపించే యజ్ఞం జరుగబోతోంది. ఈ యజ్ఞంలో నీవే అధ్వర్యుడవు. సన్నద్ధుడైన అర్జునుడు హొూత!

శ్లో: యదబ్రువమహం కృష్ణ కటుకాని స్మ పాండవాన్

ప్రియార్థం ధార్తరాష్ట్రస్య తేన తప్యే హ్యకర్మణా

యదాద్రక్ష్యసి మాం కృష్ణ విహతం సవ్యసాచినా

పునశ్చిత్తిస్తదా చాస్య యజ్ఞస్యాథ భవిష్యతి

(45,46)

కర్ణుడు: కృష్ణా! దుర్యోధనుని ప్రీతి కోసం పాండవులతో పరుషంగా మాట్లాడాను.ఆ తప్పు పనికి పరితపిస్తున్నాను.

కృష్ణా! అర్జునుని చేత చనిపోయిన నన్ను చూసినప్పుడు అదే యజ్ఞానికి 'పునశ్చిత్తి ' అవుతుంది.

శ్లో: అపిత్వాం కృష్ణ పశ్యామ: జీవంతోస్మాన్మహారణాత్

సముత్తీర్ణా మహాబాహొూ వీరక్షత్రవినాశనాత్

అథవాసంగమ: కృష్ణ స్వర్గేనో భవితా ధ్రువం

తత్రేదానీం సమేష్యామ: పున: సార్థం త్వయానఘ

(143-48,49)

కర్ణుడు: ఈ క్షత్రియవీరుల వినాశానికి కారణమయిన ఈ మహారణం నుండి బయట పడి నిన్ను చూడగలుగుతామా కృష్ణా? లేదా మనకు స్వర్గంలోనయినా కలయిక తప్పదు. అక్కడ మేము నిన్ను కలుస్తాము.

శ్లో: ఇత్యుక్త్వా మాధవం కర్ణ: పరిష్వజ్య చ పీడితం

విసర్జిత: కేశవేన రథోపస్థాదవాతరత్

(50)

కర్ణుడిలా చెప్పి కృష్ణుని గాఢంగా కౌగిలించుకుని సెలవు దీసుకుని రథం దిగాడు.

10. శ్రీకృష్ణుడు హస్తిన నుండి వెళ్లిన తరువాత విదురుడు కుంతితో వార్తాలాపం సలిపాడు. కుంతి అంటున్నది-

శ్లో: పశ్యే దోషం ధ్రువం యుద్ధే తథాయుద్ధే పరాభవం

అధనస్య మృతం శ్రేయ: న హి జ్ఞాతిక్షయో జయ:
(ఉద్యోగపర్వం-144-13)

కుంతి: యుద్ధంలో దోషం నిశ్చయంగా కనిపిస్తోంది. యుద్ధం లేకపోతే పరాభవం తప్పదు. ధనం లేని వానికి మరణమే మంచిది-కానీ జ్ఞాతుల మరణం మాత్రం విజయం కాదు.

శ్లో: అతిష్ఠత్ సూర్యతాపార్తా కర్ణస్యోత్తర వాససి

కౌరవ్య పత్నీ వార్ష్ణేయీ పద్మమాలేన శుష్యతీ (144-29)

సూర్యుని వేడిమికి కరిగిపోతూ వృష్ణివంశపు ఆడపడుచు కుంతీదేవి తామరతీగెలాగా వాడిపోతూ కర్ణుని ఉత్తరీయపు నీడలో నిలచింది.

శ్లో: ఆపృష్ఠతాపాత్ జప్త్వా స పరివృత్య యతవ్రత:

దృష్ట్వా కుంతీ ముపాతిష్ఠత్ అభివాద్య కృతాంజలి: (30)

వెన్ను వేడెక్కేదాకా జపం చేసుకుని వెను దిరిగి కుంతిని చూసి చేతులు జోడించి నిలిచాడు కర్ణుడు.

శ్లో: కర్ణార్జునే వై భవతాం యుధా రామజనార్దనౌ

అసాధ్యం కిం ను లోకే స్యాత్ యువయో: సహితాత్మనో: (145-10)

కర్ణునికి అతని జన్మవృత్తాంతాన్ని వినిపించి కుంతి ఇలా అన్నది-

కుంతి: మనసులు కలసిన కర్ణార్జునులు ఇద్దరూ బలరామకృష్ణుల వలె ఉంటే మీకిక లోకంలో అసాధ్యం ఏముంటుంది?

శ్లో: ఉపపన్నో గుణై: సర్వై: జ్యేష్ఠ: శ్రేష్ఠేషు బంధుషు

సూతపుత్రేతి మా శబ్ద: పార్థస్త్వమసి వీర్యవాన్ (12)

మంచి గుణాలన్నీ కలవాడవు. పెద్దవాడవు. ఉత్తములయిన బంధువుల్లో నీకు సూతపుత్రుడనే పేరు రాకూడదు. నీవు పృథా కుమారుడవు!

శ్లో: అభ్రాతా విదిత: పూర్వం యుద్ధకాలే ప్రకాశిత:

పాండవాన్ యది గచ్ఛామి కిం మాం క్షత్రం వదిష్యతి (146-10)

కర్ణుడు: పూర్వం నాకు తమ్ముళ్లు లేరని అందరికీ తెలుసు-యుద్ధం వచ్చేసరికి పాండవులు నాకు తమ్ముళ్లని ప్రకటించుకుని వారితో చేరిపోతే నన్ను క్షత్రియుడంటారా?

శ్లో: కృతార్థా: సుభ్రుతా యేహి కృత్యకాలే హ్యుపస్థితే

అనవేక్ష్య కృతం పాపా: వికుర్వంత్యనవస్థితా:

రాజకిల్బిషిణాం తేషాం భర్తృపిండాపహారిణాం

నైవాయం నపరోలోక: విద్యతే పాపకర్మణాం (16,17)

కర్ణుడు: రాజువల్ల ఉపకారాలు పొందాక సమయం వచ్చినప్పుడు ఆ మేలు మరచిపోయి నీచపు పనులు చేసే పాపులకూ, రాజద్రోహులకూ, రాజు ఆహారం అపహరించే వారికీ ఈ లోకమూ లేదు, పరలోకమూ లేదు.

శ్లో: న చ తేయం సమారంభ: మయి మేఘో భవిష్యతి

వధ్యాన్ విషహ్యాన్ సంగ్రామే న హనిష్యామి తే సుతాన్

యుధిష్ఠిరం చ భీమంచ యమౌ చైవార్జునాదృతే

అర్జునేనైవ సమం యుద్ధం అపి యౌధిష్ఠిరే బలే (20,21)

కానీ నా మీద నీ ప్రయత్నం వృధా కాకూడదు. యుధిష్ఠిరుడు, భీముడు, నకుల సహదేవులు వీరు చంపదగినవారే అయినా వీరిని యుద్ధంలో చంపను-అర్జునుని వదలను. ధర్మరాజు సైన్యంలో నాకు పోటీ అర్జునుడే.

శ్లో: అర్జునం హి నిహత్యాజే సంప్రాప్తం స్యాత్ ఫలం మయా

యశసా చాపి యుజ్యేహం నిహత: సవ్యసాచినా (22)

యుద్ధంలో అర్జునుని చంపితే చాలు నాకు ఫలితం దక్కినట్లే. అలా కాక సవ్యసాచి చేత నేనే చనిపోతే కీర్తి దక్కుతుంది!

11. భీష్ముడు సేనాధిపతిగా ఉన్నప్పుడు కర్ణుడు యుద్ధంలో పాల్గొనలేదు. భీష్మపితామహుడు అంపశయ్యమీద ఉన్నప్పుడు కర్ణుడు అక్కడకు వచ్చాడు.

శ్లో: రాధేయోహం కురుశ్రేష్ఠ నిత్యమక్షిగతస్తవ

ద్వేష్యోహం తవ సర్వత్ర ఇతి చైనమువాచ హ

(భీష్మ పర్వం-122-5)

కర్ణుడు: భీష్మా! కురుశ్రేష్ఠా! రోజూ నీకు కనిపించేవాడిని, నీవు ద్వేషించేవాడిని, నేను కర్ణుడను.

శ్లో: ఏహ్యేహి మే విప్రతీప స్పర్ధసే త్వం మయా సహ

యది మాం నాధిగచ్ఛేథా: న తే శ్రేయో ధ్రువం భవేత్

(8)

భీష్ముడు: నాకు ప్రతికూలమయినవాడా! నీవు ఎప్పుడూ పోటీ పడుతూ ఉంటావు.రా, రా...ఇప్పుడు నీవు నా వద్దకు రాకుండా ఉంటే నీకు మేలు కలిగేది కాదు.

తరువాత కర్ణుని జననం గురించి ఆయనా చెప్పాడు. తదుపరి ఒక రహస్యం చెప్పాడు.

శ్లో: తేజోవధనిమిత్తం తు పరుషం త్వాహమబ్రువం

అకస్మాత్ పాండవాన్ సర్వాన్ అవాక్షిపసి సువ్రత

యేనాపి బహుశో రాజ్ఞా చోదిత: సూతనందన

(11 1/2)

భీష్ముడు: ఉత్తమవ్రతశీలీ! దుర్యోధనుడు నానా విధాల ప్రోత్సాహపరచటం చేత నీవు నిష్కారణంగానే పాండవులను గూర్చి పరుషంగా మాట్లాడేవాడవు.నీ ఉత్సాహం, తేజస్సు తగ్గిపోవటానికి నేను నిన్ను పరుషంగా నిందించేవాడిని.

శ్లో: జాతోసి ధర్మలోపేన తత స్తే బుద్ధిరీదృశీ

నీచాశ్రయాన్మత్సరేణ ద్వేషిణీ గుణినామపి

తేనాసి బహుశో రూక్షం శ్రావిత: కురుసంసది

(12,13)

భీష్ముడు: కుంతి కన్యగానే ఉండగా జన్మించటం వలన నీ బుద్ధి ఇలాంటిదయింది. నీచాశ్రయం వలన కలిగిన మత్సరంతో గుణవంతులను కూడా నీ మనస్సు ద్వేషించేది.

అందువలనే కౌరవసభలో అనేక విధాలుగా నిన్ను పరుషంగా మాట్లాడాను.

...ఇది భీష్ముడు కర్ణుని గురించి చేసిన కీలకమైన విశ్లేషణ. మత్సరం అనునది ధర్మాచరణను విస్మరింపజేస్తుంది.తద్వారా అనర్థాలకు దారి తీస్తుంది.

శ్లో: ఇష్వస్త్రే చాస్త్రసంధానే లాఘవేస్త్రబలే తథా

సదృశ: ఫాల్గునేనాసి కృష్ణేన చ మహాత్మనా

బాణాలను వేయటంలో, దివ్యాస్త్రాలను సంధించటంలో, లాఘవంలో, అస్త్రబలంలో, మహాత్ములయిన కృష్ణార్జునులతో సమానమయినవాడవు!

శ్లో: పృథివీక్షయశంసీని నిమిత్తాని పితామహ

భవద్భిరుపలబ్ధాని కథితాని చ సంసది (28)

కర్ణుడు: పితామహా! భూమండల క్షయాన్ని సూచించే అపశకునాలు మీరు గుర్తించారు. కౌరవ మహాసభలో చెప్పారు కదా!

శ్లో: పాండవా వాసుదేవశ్చ విదితా మమ సర్వశ:

అజేయా: పురుషైరన్యై: ఇతి తాంశ్చోత్సహామహే

విజయిష్యే రణే పాండూన్ ఇతి మే నిశ్చితం మన:

(29,30)

కర్ణుడు: పాండవులు, శ్రీకృష్ణుడు ఇతర మానవులకు జయింప వీలుకాని వారు అని నాకు పూర్తిగా తెలుసు. అయినా ఎదిరించటానికి ఉత్సాహపడుతున్నాం. పాండవులను యుద్ధం జయింపగలనని మనస్సులో నేను నిశ్చయించుకున్నాను.

శ్లో: న చ శక్యమవస్రష్టుం వైరమేతత్ సుదారుణం

ధనంజయేన యోత్స్యేహం స్వధర్మప్రీతమానస:

దురుక్తం విప్రతీపం వా రభసాచ్చపలాత్ తథా

యన్మమేహ కృతం కించిత్ తన్మేత్వం క్షంతుమర్హసి (32,33)

కర్ణుడు: యుద్ధం చేయటానికి దృఢనిశ్చయం చేసుకున్న నన్ను అనుమతించు. ఆవేశం వల్ల, చాపల్యం వల్ల ఇంతకు ముందు నీకు వ్యతిరేకంగా పలికిన మాటలను, చేసిన పనులను నేను చేసినదంతా నీవు క్షమించాలి.

శ్లో: యుధ్యస్వ నిరహంకార: బలవీర్యవ్యపాశ్రయ:

ధర్మాద్ధి యుద్ధాచ్ఛ్రేయోన్యత్ క్షత్రియస్య న విద్యతే

ప్రశమే హి కృతో యత్న: సుమహాన్ సుచిరం మయా

న చైవ శకిత: కర్తుం కర్ణ సత్యం బ్రవీమి తే

భీష్ముడు: బలాన్ని, పరాక్రమాన్నీ ఆశ్రయించి అహంకారరహితుడవయి యుద్ధం చేయి. క్షత్రియునికి ధార్మికమైన యుద్ధానికంటే శ్రేయస్కరమయినది ఇంకొకటి ఉండదు. కర్ణా! నేను చాలా కాలం కౌరవ పాండవ వైర నివారణకు మహత్తర ప్రయత్నం చేసాను. కానీ ఫలితం లేదు. నిజం చెబుతున్నాను.

~~~***~~~
~~~

12. ఇదంతా ఒక వైపు పెట్టి మరో సాంఘికపరమైన అంశాన్ని పరిశీలిద్దాం. కర్ణుడు శ్రీకృష్ణునితో ఒక మాటన్నాడు.'సూతులతో కలసి ఎన్నో సార్లు ఎన్నో యజ్ఞాలు చేసాను. ఎన్నో కులధర్మాలు, వివాహాలు నిర్వహించాను. పదమూడు ఏండ్లు నిష్కంటకంగా రాజ్యం అనుభవించాను, భూమి అంతా వశమైనా, ఎన్నో బంగారు రాశులు లభించినా సంతోషంతో కానీ, భయంతో కానీ సూతులతో బంధాన్ని చెరుపుకోలేను ' అన్నాడు.

ధర్మరాజుకు రహస్యం చెబితే రాజ్యం తనకు ఇస్తాడనీ, అప్పుడు దుర్యోధనునితో మైత్రి వలన దానిని అతనికి ఇవ్వాల్సి ఉంటుందనీ, అలా జరుగకూడదనీ, ధర్మరాజే భూమిని ఏలాలని కర్ణుడు శ్రీకృష్ణునికి చెప్పటం అతని అద్భుతమైన వివేచనాశక్తికి తార్కాణం! పిల్లవాని క్షేమాన్ని పట్టించుకోకుండా నీటిలో వదిలేసిన పాపడు ఈ రోజు ఇంత గొప్ప మాట శ్రీకృష్ణపరమాత్మకు చెప్పటం, చెప్పగలగటం కర్ణుని పాత్రను ఎక్కడికో తీసుకుని వెళ్లి నిలబెడుతుంది. ఈ ధర్మనిర్ణయాల పరంపరలో కర్ణుడు పాండవుల పట్ల గతంలో ప్రవర్తించిన తీరునకు తీవ్రమైన మనస్తాపానికి గురై పశ్చాత్తాప పడ్డట్లు మనకు కనిపిస్తున్నది.తద్వారా మిగిలిన ప్రత్యామ్నాయం కేవలం యుద్ధమే కాబట్టి అది గమనించి భీష్ముడు 'అహంకారరహితమైన యుద్ధం చేయి ' అన్నాడు. దానికి కారణం ఉన్నది. అటువంటి యుద్ధం క్షత్రియులకు వరం! అది బ్రహ్మలోకప్రాప్తికి సోపానం. తన వలనే పాండవులతో విరోధం ఎక్కువగా దుర్యోధనుడు పెట్టుకున్నట్లు, యుద్ధానికి సిద్ధమైనట్లు , అర్జునునితో విడిగా యుద్ధం చేసేందుకు తననే

నియోగించినట్లు స్వయంగా కర్ణుడే చెప్పాడు! మరి ఎవరి వలనైతే యుద్ధం జరుగుతోందో ఆ మహావీరుడే ఇప్పుడు యుద్ధం చేయకుండా ఎలా?

యుద్ధం

చక్రవ్యూహంలో అభిమన్యుడు చూపిన శౌర్యపరాక్రమాలు కురుక్షేత్ర సంగ్రామంలోనే యుద్ధకౌశలానికి పరాకాష్ఠ! దు:శ్శాసనుని, దుర్యోధనుని, ద్రోణుని,కర్ణుని,శకునిని భయభ్రాంతులను చేసాడు.

శ్లో: పురా సర్వాన్ ప్రమధ్నాతి బ్రూహ్యస్య వధమాశు న:

తతో ద్రోణో మహేష్వాస: సర్వాంస్తాన్ ప్రత్యభాషత

కర్ణుడు: ఆచార్యా! మనలను అందరినీ చంపకముందే వీని వధోపాయం చెప్పవలసింది

శ్లో: అస్తి వాస్యాంతరం కించిత్ కుమారస్యాథ పశ్యత

అణ్వప్యస్యాంతరం హ్యద్య చరత: సర్వతోదిశం

ద్రోణుడు: ఈ కుమారునిలో ఏదైనా చిన్న లోపమైనా కనపడుతుందేమో చూడండి. అన్ని దిక్కులలో వీరవిహారం చేస్తున్న ఈతనిలో నలుసంతయినా పరాకు దొరుకుతుందేమో చూడాలి.

శ్లో: అథ కర్ణ పునర్ద్రోణం ఆహార్జునిశరాహత:

స్థాతవ్యమితి తిష్ఠామి పీడ్యమానోభిమన్యునా

అభిమన్యుని బాణాల దెబ్బ తిన్న కర్ణుడు: అభిమన్యుడు పీడిస్తున్నా యుద్ధంలో ఉండాలి కాబట్టి నిలిచాను.

శ్లో: తేజస్విన: కుమారస్య శరా: పరమదారుణా:

క్షిణ్వంతి హృదయం మేద్య ఘోరా: పావకతేజస:

తమాచార్యోఽబ్రవీత్ కర్ణం శనకై: ప్రహసన్నివ

కర్ణుడు: అభిమన్యుడు తేజస్వి.బాణాలు పరమదారుణాలు, ఘోరాలు,అగ్ని వంటి తేజస్సు కలవి. నా హృదయాన్ని చీల్చి వేస్తున్నాయి.అప్పుడు ఆచార్యుడు మెల్లగా నవ్వుతూ అన్నాడు...

శ్లో: అభేద్యమస్య కవచం యువా చాశుపరాక్రమ:

ఉపదిష్టా మయా చాస్య పితు: కవచధారణా

తామేష నిఖిలాం వేత్తి ధ్రువం పరపురంజయ:

శక్యం త్వస్య ధనుశ్ఛేత్తుం జ్యాం చ బాణై: సమాహితై:

ద్రోణుడు: ఇతని కవచం అభేద్యం. ఇతడు యువకుడు, వేగంగా పరాక్రమించేవాడు.ఇతని తండ్రికి కవచధారణాన్ని నేనే ఉపదేశించాను.శత్రుపుర విజేత అయిన ఇతడు ఆ కవచధారణను

పూర్తిగా ఎరుగును.ఇది నిశ్చయం. బాణాలను ప్రయోగించి ఈతని ధనుస్సును, అల్లెత్రాటిని మాత్రం ఖండించవచ్చు!

శ్లో: అభీషూంశ్చ హయాంశ్చైవ తథోభౌ పార్ష్ణిసారథీ

ఏతత్ కురు మహేష్వాస రాధేయ యది శక్యతే

ద్రోణుడు: గుర్రాలను, వాటి పగ్గాలను, పార్శ్వ రక్షకులను, సారథిని ధ్వంసం చేయవచ్చు. మహావీరా! రాధేయా! చేతనయితే ఇది చేయి.

శ్లో: అథైనం విముఖీకృత్య పశ్చాత్ ప్రహరణం కురు

సధనుష్కో న శక్యోయం అపి జేతుం సురాసురై:

ద్రోణుడు: అభిమన్యుని యుద్ధవిముఖుని చేసిన వెనుక దెబ్బ కొట్టు- చేతిలో ధనుస్సు ఉండగా వీనిని దేవదానవులు కూడా జయించలేరు.

శ్లో: విరథం విధనుష్కంచ కురుష్వైనం యదీచ్ఛసి

తదాచార్యవచ: శ్రుత్వా కర్ణో వైకర్తనస్త్వరన్

అస్యతో లఘు హస్తస్య పృషత్కైర్ధనురాచ్ఛినత్

అశ్వానస్యావధీద్ భోజ: గౌతమ: పార్ష్ణి సారథీ

చేయదలచుకుంటే వీనికి రథమూ ధనుస్సు లేకుండా చేయి!- ఆచార్యుని ఈ మాటను విని కర్ణుడు తొందరగా హస్తప్రావీణ్యంతో

బాణాలు వేస్తున్న అభిమన్యుని ధనుస్సును ఖండంచాడు.కృతవర్మ అతని గుర్రాలను కూల్చాడు. కృపాచార్యుడు పార్శ్వ రక్షకులను, సారథిని చంపాడు.

(ద్రోణపర్వం-48-18,19,24,25,26,27,28,29,30,31,32)

...ఇక్కడ ఒక విషయం స్పష్టమవుతున్నది.అభిమన్యుడు ప్రాణాలకు తెగించి (ఒంటరి వాడగుటవలన) తనలోని శక్తి సామర్థ్యాలన్నింటినీ సంపూర్ణంగా ముందరకు తెచ్చి పోరాడుతున్నాడు. ఎంతో మందిని హతమార్చాడు. ఎవ్వరినీ వదలిపెట్టే ఆలోచనే లేదు. ద్రోణుడు కపటానికి వెళ్లే బదులు సేనాధిపతి కాబట్టి అందరినీ ఆగమని చెప్పి 'నాయనా, చిన్నవాడవు! నేను నీ తండ్రికి గురువుని.ఒంటరివాని మీద ఇంతమంది దాడి చేయటం యుద్ధనీతి కాదు...మరలిపో! ' అని గనక అని ఉంటే అభిమన్యుడు మరలిపోవటం జరిగేది!

అలా కాకుండా కర్ణునికి కపట యుద్ధనీతి చెప్పటం, అతను అదేమిటి అని ప్రశ్నించకుండా దానిని ఆచరించటం అత్యంత దారుణంగా కనిపిస్తుంది. అంతే కాదు, వీనిని వధించుట ఎలా అని ద్రోణుని అడగటం కూడా ఆలోచింపజేస్తుంది.ఈ విషయం కర్ణపర్వంలో ప్రత్యేకంగా శ్రీకృష్ణుడు ప్రస్తావించటం జరిగింది!

శ్లో: ద్రోణకర్ణముఖై: షడ్భి: ధార్తరాష్ట్రైర్మహారథై:

ఏకోయం నిహత: శేతే నైష ధర్మో యతో హి న:

(49-22)

అంతరిక్షంలోని ప్రాణులు అభిమన్యుని వధ తరువాత ఈ మహారథులను నిందించాయి-ద్రోణకర్ణాదులు ధృతరాష్ట్రపక్షం వారు, మహారథులు. ఆ ఆరుగురు ఒకటై ఒంటరివానిని చేసి ఈతని చంపారు. ఇది మాకు సమ్మతమయిన ధర్మం కాదు.

కర్ణునిలో చెప్పుకోవలసిన ఉత్తమ లక్షణమా ఇది?

ఘటోత్కచునితో యుద్ధం జరిగినప్పుడు కర్ణునికి ఇంద్రుడిచ్చిన శక్తి ఆయుధం వాడక తప్పలేదు.

శ్లో: తతోఽబ్రువన్ కురవ: సర్వ ఏవ

కర్ణం దృష్ట్వా ఘోరరూపాం చ మాయాం

శక్త్యా రక్షో జహి కర్ణాద్య తూర్ణం

నశ్యంత్యేతే కురవో ధార్త రాష్ట్రా: (ద్రోణ పర్వం 179-48)

అప్పుడు కౌరవులు అందరూ కర్ణుని, భయంకర రూపమయిన మాయను చూసి,'కర్ణా! ఈ రోజు శక్త్యాయుధంతో రాక్షసుని త్వరగా సంహరించు. లేకపోతే కౌరవ సైన్యాలు, కౌరవులు నశిస్తారు.'అన్నారు.

శ్లో: సా తాం మాయాం భస్మ కృత్వా జ్వలంతీ

భిత్త్వా గాఢం హృదయం రాక్షసస్య

ఊర్ధ్వం యయౌ దీప్యమానా నిశాయాం

నక్షత్రాణామంతరాణ్యావివేశ (ద్రోణ పర్వం 179-57)

కర్ణుడు తుదకు అర్జునుని కోసం దాచి ఉంచిన ఆ శక్తి ఆయుధాన్ని ఘటోత్కచుని మీద ప్రయోగించవలసి వచ్చింది.ప్రజ్వలించే ఆ శక్తి ఆ రాక్షసమాయను భస్మం చేసి, రాక్షసుడైన ఘటోత్కచుని గుండెను చీల్చుకుని, రాత్రిపూట వెలుగులు వెదజల్లుతూ, పైకి వెళ్లి, నక్షత్రాల మధ్యలో ప్రవేశించింది.

13. పద్మవ్యూహంలో ద్రోణుని దాటి అర్జునుడు ముందుకు సాగిపోయాడు. ద్రోణుడు సరిగ్గా యుద్ధం చేయలేదని దుర్యోధనుడు దూషణ ప్రారంభించాడు. కర్ణుడు చెప్పిన సమాధానం ఆలోచింపజేస్తుంది.

శ్లో: ఆచార్య: స్థవిరో రాజన్ శీఘ్రయానే తథాక్షమ:

బాహువ్యాయామ చేష్టాయాం అశక్తస్తు నరాధిప:

కర్ణుడు: రాజా! ఆచార్యుడు వృద్ధుడు. త్వరగా కదలలేని వాడు.పరిశ్రమించి భుజబలాన్ని ప్రదర్శించలేనివాడు.

శ్లో: తేనైవ మభ్యతిక్రాంత: శ్వేతాశ్వ: కృష్ణసారథి:

తస్య దోషం న పశ్యామి ద్రోణస్యానేన హేతునా

అందువలన కృష్ణసారథి అయిన అర్జునుడు ఆచార్యుని దాటిపోగలిగాడు. ఈ కారణంగా ద్రోణునిలో తప్పు పట్టలేము.

శ్లో: దైవాదిష్టేన్యథాభావ: న మన్యే విద్యతే క్వచిత్

యతో నో యుధ్యమానానాం పరం శక్త్యా సుయోధన

సైంధవో నిహతో యుద్ధే దైవమత్ర పరం స్మృతం

దైవనిర్ణయంలో ఎప్పుడూ మార్పుండదని నా భావన. ఎందుకంటే మనం మహాశక్తిని ప్రదర్శించి పోరాడుతున్నా, యుద్ధంలో సైంధవుడు చనిపోయాడు. దైవమే ఇక్కడ అసలు కారణం.

శ్లో: పరం యత్నం కుర్వతాం చ త్వయా సార్థం రణాజిరే

హత్వాస్మాకం పౌరుషం వై దైవం పశ్చాత్ కరోతి న:

సతతం చేష్టమానానాం నికృత్యా విక్రమేణ చ

రణభూమిలో నీతో పాటు మేము కూడా తీవ్ర ప్రయత్నం చేస్తున్నాం. వంచనతో, పరాక్రమంతో కూడా ఎప్పుడూ విజయానికై ప్రయత్నిస్తున్నాం. అయినా మన పౌరుషాన్ని నశింపజేసి, దైవం మనలను వెనుకకు నెట్టుతోంది.

శ్లో: దైవోపసృష్ట: పురుషో యత్ కర్మ కురుతే క్వచిత్

కృతం హి తత్కర్మ దైవేన వినిపాస్యతే

దైవోపహతుడైన పురుషుడు ఎప్పుడు ఏ పని ప్రారంభించినా, చేస్తున్న పనుల నన్నింటిని దైవం పల్టీ కొట్టిస్తుంది.

శ్లో: నికృత్యా వంచితా: పార్థా: విషయోగైశ్చ భారత

దగ్ధా జతుగృహే చాపి ద్యూతేన చ పరాజితా:

రాజనీతిం వ్యపాశ్రిత్య ప్రహితాశ్చైవ కాననం

యత్నేన చ కృతం తత్తద్ దైవేన వినిపాతితం

మనం పాండవులను కపటత్వంతో మోసగించాం.చంపాలని విషప్రయోగాలు చేసాం. లక్క ఇంటిని తగుల బెట్టించాం.జూదంలో ఓడించాం.రాజనీతిని ఆశ్రయించి వనాలకు పంపించాం.ప్రయత్నపూర్వకంగా ఎంత చేసినా దైవం వాటిని పడగొట్టింది.

శ్లో:న తేషాం మతి పూర్వం హి సుక్రుతం దృశ్యతే క్వచిత్

దుష్కృతం తవ వా వీర బుధ్యా హీనం కురూద్వహ

పాండవులు బుద్ధిపూర్వకంగా చేసిన సుకృతమేదీ నాకు కనిపించటంలేదు. అలాగే నీవు హీనబుద్ధివై బుద్ధిపూర్వకంగా చేసిన దుష్కృతమూ కనిపించటంలేదు!

ఇవి పరస్పరం వైరుధ్యం గల మాటలు. తెలిసి చెడ్డ పని దుర్యోధనుడు చెయ్యలేదనటం, అంతా దైవసంకల్పమనటం ఇలాంటి మాటలు యుద్ధంలో అన్నీ ఎదురుదెబ్బలు తగులుతున్నప్పుడు చెబుతున్న మాటలా?

14. యుద్ధానికి సిద్ధమైన కర్ణుడు శల్యునకు వినిపించినవి:

శ్లో: స మాం నిశమ్యాథ మహాతపస్వీ

సంశప్తవాన్ రోషపరీతచేతా:

సూతోపధావాప్తమిదం తవాస్త్రం

న కర్మకాలే ప్రతిభాస్యతి త్వాం

కర్ణుడు: నా వృత్తాంతం విన్న పరమతపస్వి పరశురాముడు కోపపూర్ణచిత్తుడయి 'సూతా! నీవు వంచన చేసి బ్రహ్మాస్త్రం పొందావు. కాబట్టి అవసరమయినప్పుడు ఈ అస్త్రం నీకు స్ఫురించదు అన్నాడు.

శ్లో: అన్యత్ర తస్మాత్ తవ మృత్యుకాలాత్

అబ్రాహ్మణే బ్రహ్మ న హి ధ్రువం స్యాత్

తదద్య పర్యాప్తమతీవ చాస్త్రం

అస్మిన్ సంగ్రామే తుములేతీవ భీమే

'మరణకాలంలో తప్ప ఇతర సమయాలలో ఈ బ్రహ్మాస్త్రం నీకు ఉపయోగపడుతుంది. బ్రాహ్మణేతరునియందు ఆ బ్రహ్మాస్త్రం స్థిరంగా ఉండదు.' అని పరశురాముడు శపించాడు. ఆ అస్త్రం భయంకరమైన ఈ తుములయుద్ధంలో ఉపయోగపడుతుంది.

(కొందరు కర్ణుని ఏ అస్త్రమూ పని చేయదని అనుకుంటారు. అది పొరపాటు.)

శ్లో: చరంతం విజనే శల్య తతోను వ్యజహార మాం

యస్మాత్ త్వయా ప్రయత్తేన హెూమధేన్వా హత: సుత:

శ్వభ్రే తే పతతాం చక్రమితి మాం బ్రాహ్మణోబ్రవీత్

యుధ్యమానస్య సంగ్రామే ప్రాప్తస్యైకాయనం భయం

42-41)

...ఆ బ్రాహ్మణుడు (పేరు విజయుడు) ఏకాంతంలో తిరుగుతున్న నా వద్దకు వచ్చి 'నీవు పొరపాటున నా హెూమధేనువు దూడను చంపావు.కాబట్టి నీవు యుద్ధరంగంలో యుద్ధం చేస్తూ మిక్కిలి భయావహస్థితిని పొందినప్పుడు నీ రథచక్రం గుంటలో పడిపోతుంది ' అన్నాడు.

శ్లో: తస్మాద్ బిభేమి బలవద్ బ్రాహ్మణ వ్యాహృతాదహం

ఏతేహి సోమరాజాన ఈశ్వరా: సుఖదు:ఖయో: (42-42)

బ్రాహ్మణుని ఆ శాపం వలన నాకు తీవ్రమైన భయం కలుగుతున్నది. చంద్రుడు రాజైన ఈ బ్రాహ్మణులు శాపవరాలతో ఇతరులకు దు:ఖసుఖాలు కలిగిస్తారు.

14. కర్ణునితో యుద్ధం చేయలేక ధర్మజుడు వెనుకకు తొలగిపోయినప్పుడు కర్ణుడు వెంబడించి కుంతికిచ్చిన మాట గుర్తుకు వచ్చి వదిలేసాడు. శల్యుడు కర్ణునితో 'ధర్మజుని పట్టుకోవద్దు, తన క్రోధాగ్నితో నిన్ను బూడిద చేయగలడు.',అన్నాడు. అప్పుడు ధర్మజుని నిందిస్తూ కర్ణుడు...

శ్లో: అబ్రవీత్ ప్రహసన్ రాజన్ కుత్సయన్నివ పాండవం

కథం నామ కులే జాత: క్షత్రధర్మే వ్యవస్థిత:

ప్రజహ్యాత్ సమరం భీత: ప్రాణాన్ రక్షన్ మహాహవే

న భవాన్ క్షత్రధర్మేషు కుశలో హీతి మే మతి:

(49-54,55)

కర్ణుడు:   యుధిష్ఠిరా!   సుక్షత్రియ   కులంలో   పుట్టావు. క్షత్రియధర్మతత్పరుడవు.అలాంటి నీవు మహాయుద్ధంలో ప్రాణరక్షణకై భయపడి, యుద్ధం మాని ఎలా పారిపోయావు? నీవు క్షత్రియధర్మంలో నిపుణుడవని నా విశ్వాసం!

శ్లో: బ్రాహ్మే బలే భవాన్ యుక్త: స్వాధ్యాయే యజ్ఞకర్మణి

మాస్మ యుద్ధ్యస్వ కౌంతేయ మా స్మ వీరాన్ సమాసద:

కౌంతేయా! నీవు బ్రాహ్మబలంలో, స్వాధ్యాయంలో, యజ్ఞాలు చేయటంలో నిపుణుడవు. కాబట్టి యుద్ధం చేయకు. వీరులను ఎదుర్కొనకు!

ధర్మజుని వెనుక కొంత దూరం పాండవసైన్యం అనునయించి ఆయన ఆజ్ఞమేరకు తిరిగి కౌరవులతో యుద్ధం చేసినప్పుడు భీముడు కర్ణుని చిత్తు చేసాడు.

...ఈ సందర్భంలో భీష్ముని మాట గుర్తుకు వస్తుంది. 'మత్సరం వలన నీవు ఎన్నో సుగుణాలు కలవారిని కూడా దూషిస్తూ వచ్చావు...అందుచేత అధర్మం పాలైనావు.'

ఇదే కర్ణుడు ఎన్ని సార్లు యుద్ధం నుంచి పలాయనం చేయలేదు?ద్రుపదునితో, గంధర్వులతో తలబడ్డప్పుడు భంగపడలేదా? గోగ్రహణం సందర్భంలో ఒక్క అర్జునుని చేతిలో చిత్తు కాలేదా? అభిమన్యుని చేతిలో ఓడిపోతున్నప్పుడు వెనుకదెబ్బ ఎలా కొట్టాలని ద్రోణాచార్యుని అడిగిన వీరుడే కదా?

అందుచేత ఇతని నాలుక చీరేస్తానంటాడు భీముడు.

ఈ ఘట్టం తరువాత భీముడు అసాధారణమైన యుద్ధం చేసాడు.

శ్లో: వికృష్య బలవచ్చాపం ఆకర్ణాదతి మారుతి:

తం ముమోచ మహేష్వాస: క్రుద్ధ: కర్ణజిఘాంసయా (50-45)

మహాధనుష్కుడు, క్రుద్ధుడు అయిన వాయునందనుడు ధనుస్సును బలంగా లాగి కర్ణుని చంపదలచి బాణం వదిలాడు.

శ్లో:స విసృష్టో బలవతా బాణో వజ్రాశనిస్వన:

ఆదారయద్ రణే కర్ణం వజ్రవేగో యథాచలం (46)

బలిష్ఠుడైన ఆయన వదలిన బాణం పిడుగులాగా మెరుపువలె ధ్వనిస్తూ వజ్రాయుధం పర్వతాన్ని ఛేదించినట్లు కర్ణుని యుద్ధరంగంలో చీల్చివేసింది.

శ్లో: స భీమసేనాభిహత: సూతపుత్ర: కురూద్వహ

ని షసాద రథోపస్థే విసంజ్ఞ: పృతనాపతి: (47)

సేనాపతి, సూతపుత్రుడయిన కర్ణుడు భీముడు తీవ్రంగా బాణంతో కొట్టటం చేత మూర్ఛపోయి రథం వెనుక భాగంలో కూలబడ్డాడు. భీముడు కర్ణుని అర్జునుని కోసం వదిలేసి ఆతని నాలుక కోయాలని ముందుకు వచ్చాడు.

శల్యుడు ఆపటం వలన ఆ ప్రయత్నం మానుకున్నాడు. శల్యుడు రథంతో సహా కర్ణుని యుద్ధం నుండి వెనుకకు తీసుకుని వెళ్లిపోయాడు.

15. చివరి ఘట్టం

కర్ణపర్వం లోని 72వ అధ్యాయం శ్రీకృష్ణుని మాటలలో కొన్ని ఆలోచించవలసిన విషయాలను తీసుకుని వస్తుంది. అర్జునుని ప్రోత్సహిస్తూ శ్రీకృష్ణుడు...

శ్లో: బ్రహ్మణా చ ప్రజా: సృష్టా: గాండీవం చ మహద్ ధను:

యేన త్వం యుధ్యసే పార్థ తస్మాన్నాస్తి త్వయా సమ: (72-24 1/2)

అర్జునా! బ్రహ్మ ప్రజలను సృష్టించాడు.ఈ విశాలమైన గాండీవ ధనుస్సును కూడా సృష్టించాడు.దానితో నీవు యుద్ధం చేస్తున్నావు. కాబట్టి నీతో సమానమైన వాడు లేడు.

శ్లో: అవశ్యం తు మయా వాచ్యం యత్ పథ్యం తవ పాండవ

మావమంస్థా మహాబాహెూ కర్ణమాహవశోభినం (25 1/2)

అర్జునా! నీకు హితకరమైన మాటనొకటి చెప్పాలి.రణరంగానికే వన్నె తేగల కర్ణుని పరాభవించవద్దు!

శ్లో: కర్ణోహి బలవాన్ దృప్త: కృతాస్త్రశ్చ మహారథ:

కృతీచ చిత్రయోధీ చ దేశకాలస్య కోవిద: (26 1/2)

కర్ణుడు బలశాలి, ఆత్మాభిమాని, అస్త్రవిద్యాపారంగతుడు, మహారథుడు, యుద్ధనిపుణుడు చిత్రంగా పోరాడగలడు,దేశకాల తత్త్వజ్ఞుడు.

శ్లో: బహునాత్ర కిముక్తేన సంక్షేపాచ్ఛృణు పాండవ

త్వత్సమం త్వద్విశిష్టం వా కర్ణం మన్యే మహారథం

పరమం యత్నమాస్థాయ త్వయా వధ్యో మహాహవే (27,28)

ఇన్ని మాటలెందుకు? మహారథుడైన కర్ణుడు నీతో సమానుడు, అలాగే 'త్వద్విశిష్టం 'నీ మీద విశేషంగా ఓ ఆకు ఎక్కువే! తీవ్రమైన ఆ పోరాటంలో మహాప్రయత్నంతో నీవు కర్ణుని చంపవలసి ఉంటుంది!

శ్లో: దురాత్మానం పాపవృత్తం నృశంసం

దుష్టప్రజ్ఞం పాండవేయేషు నిత్యం

హీనస్వార్థం పాండవేయైర్విరోధే

హత్వా కర్ణం నిశ్చితార్థో భవాద్య (34)

దురాత్ముడు, పాపవృత్తి, క్రూరుడు, పాండవుల విషయంలో ఎప్పుడూ దుర్బుద్ధి పోరాడటానికి స్వప్రయోజనాలను లెక్క చేయని వాడు కర్ణుడు. నేడు అతనిని చంపి కృతార్థుడవు కమ్ము!

...ఇక్కడ 'దుష్టప్రజ్ఞం ' అన్న మాట కర్ణునికి, అర్జునునికి మధ్య వ్యత్యాసాన్ని సూటిగా దర్శింపజేస్తుంది. గొప్ప పరాక్రమాలు పలు చోట్ల కనిపిస్తాయి...అవి సన్మార్గంలో ఉన్నాయా, లేక వేరే ధ్యేయాలకోసం పని చేస్తున్నాయా అన్నది ధర్మం వైపు తీసుకుని వెళ్లే ధర్మబద్ధమైన ఆలోచన!

శ్లో: తం సూతపుత్రం రథినాం వరిష్ఠం

నిష్కాలికం కాలవశం నయాద్య

తం సూతపుత్రం రథినాం వరిష్ఠం

హత్వా ప్రీతిం ధర్మరాజే కురుష్వ (35)

రథికశ్రేష్ఠుడైన కర్ణుడు తాను కాలం అదుపులో ఉన్నట్లు భావించడు. అతనిని నేడు కాలాధీనుడను చేయి. ఆ కర్ణుని చంపి ధర్మరాజునకు ప్రీతిని కలిగించు.

శ్లో: జానామితే పార్థం వీర్యం యథావద్

దుర్వారణీయం చ సురాసురైశ్చ

సదావజానాతి హి పాండుపుత్రాన్

అసౌ దర్పాత్ సూతపుత్రో దురాత్మా (36)

అర్జునా! నీ బలమెంతో యథాతథంగా నాకు తెలుసు.సురాసురులు కూడా నిన్ను ఎదిరించలేరు కానీ దురాత్ముడైన ఈ సూతపుత్రుడు గర్వంతో ఎప్పుడూ పాండుపుత్రులను పరాభవిస్తాడు.

శ్లో: ఆత్మానం మన్యతే వీరం యేన పాప: సుయోధన:

తమద్య మూలం పాపానం జహి సౌతిం ధనంజయ (37)

కర్ణుని వలనే పాపి అయిన సుయోధనుడు తనను తాను వీరుడనుకుంటాడు.పాపానికి మూలమైన ఆ కర్ణుని ఈనాడు సంహరించు.

శ్లో: ఖడ్గజిహ్వం ధనురాస్యం శరదంష్ట్రం తరస్వినం

దృప్తం పురుషశార్దూలం జహి కర్ణం ధనంజయ (38)

ఖడ్గమే నాలుకగా, ధనుస్సే నోరుగా, బాణాలే దంతాలుగా పొగరుపడుతూ వేగంగా సాగే ఆ పురుషశార్దూలాన్ని చంపు

శ్లో: అహం త్వామనుజానామి వీర్యేణ చ బలేన చ

జహి కర్ణం రణే శూర మాతంగమివ కేసరీ (39)

సింహం ఏనుగును చంపినట్లు నీ పరాక్రమంతో, బలంతో రణరంగంలో కర్ణుని చంపు. నేను ఆదేశిస్తున్నాను.

శ్లో: యస్య వీర్యేణా వీర్యంతే ధార్తరాష్ట్రోవ మన్యతే

తమద్య పార్థ సంగ్రామే కర్ణం వైకర్తనం జహి (40)

అర్జునా! కర్ణుని బలంతో దుర్యోధనుడు నీ బలాన్ని తక్కువ చేసి చూస్తాడు.సూర్యసుతుడైన కర్ణుని ఈనాటి యుద్ధంలో చంపు!

...ఈ ఉద్బోధ బ్రహ్మ, ప్రజాసృష్టి, గాండీవంతో ప్రారంభించాడు. అర్జునుడు నరుని రూపము.శ్రీకృష్ణుడు నారాయణుడు.అర్జునుడు సమస్త మానవాళికి ప్రతిరూపం.మనిషి ఎంత బలవంతుడైనా, సమర్థుడైనా అక్రమంగా బలాన్ని పుంజుకున్న అతిబలవంతులు శత్రుపక్షంలో ఉంటూనే ఉంటారు. ధర్మబద్ధంగా దైవబలంతో వారిని అతిక్రమించాలి అన్న అంతర్లీనమైన సందేశాన్ని ఇస్తున్నట్లు కనిపిస్తుంది. వారిని తక్కువగా అంచనా వేయరాదన్నది కూడా స్పష్టం. అందుచేత కర్ణుడు 'త్వద్విశిష్టం ' అని అర్జునునికి చెబుతూనే కర్ణుడు పాపాత్ముడు, దుర్మార్గుడు అని వర్ణించాడు. అతనిని పరాభవించకు అని చెప్పాడు-అతని మార్గం లోకి తొందరపడి దూకకూడదు!

జాగ్రత్తగా ఆలోచిస్తే చివరి దశలలో కర్ణుడు కూడా తాను ఆచరించిన పాపాలకు పశ్చాత్తాప పడ్డాడు.దైవనిర్ణయానికి తలవంచినట్లు కనిపిస్తాడు. శ్రీకృష్ణుడు అర్జునునితో సూటిగా 'నిన్ను ఆదేశిస్తున్నాను ' అని చెప్పటం గమనార్హం!

దైనందిన జీవితంలో దుర్మార్గులు స్పష్టంగా కనిపించేవారు ఎందరో. వారికంటే ఈ దుష్టప్రజ్ఞ కలవారు చాలా దారుణమైన వారు.వారిలో గల కొన్ని మంచి లక్షణాలను ఎంచి వారిని పొగిడేవారు ఎక్కువవుతారు...ఇది సత్సంప్రదాయం కాదు. సమాజానికి హాని వీరి వలన ఎక్కువగా ఉంటుంది!

16. చివరి ఘట్టం

జీవితకాలం కర్ణుడు అర్జునుని ఎదురుగా నిలబడి అతని శౌర్య పరాక్రమాలను ప్రదర్శించి ఈ అర్జునుడు ఎందుకూ పనికిరాడు,నేనే లోకంలో అందరికంటే గొప్ప విలుకాడను, కేవలం క్షత్రియవంశంలో

పుట్టి రాజకుమారునిలా విద్య నేర్చి ప్రాచుర్యం పొందటం గొప్ప కాదు...అని నిరూపించేందుకు అన్ని పనులు-ఉచితమైనవి, అనుచితమైనవి చేసి, కురుక్షేత్ర సంగ్రామానికి మూలకారకుడై ఇరు పక్షాలలో ప్రాణనష్టం చేయించి సంగ్రామంలో 17వ రోజున సన్నద్ధమైనాడు. నువ్వా, నేనా...

సంజయుడు ధృతరాష్ట్రునకు వివరణ ఇస్తున్నాడు;'ఇదంతా నీ కుమారుని దురాలోచన వలనే...' అని కూడా విన్నవించుకుంటున్నాడు!

ఆ మహాసంగ్రామం సామాన్యంగా లేదు. నెత్తురు నీటి వలె ప్రవహిస్తున్నది. ఉభయసేనలు కంపించాయి.గగనచారులూ

భయపడ్డారు. రెండు మదపుటేనుగులు తలబడ్డట్లుంది.కొద్ది సేపు బాణాల వర్షాలు కురిపించుకున్నారు. అర్జునుడు ఆగ్నేయాస్త్రం, కర్ణుడు విరుగుడుగా వారుణాస్త్రం ప్రయోగించుకున్నారు.అర్జునుడు వజ్రాస్త్రాన్ని వేసినప్పుడు కర్ణుని శరీరమంతా రక్తంతో తడిసిపోయింది.అప్పుడు కర్ణుడు భార్గవాస్త్రాన్ని వేసాడు.ఆ అస్త్రానికి శ్రీకృష్ణార్జునుల పని అయిపోయిందని అందరూ అనుకున్నారు.భీముడు అర్జునుని ఎత్తిపొడుపులతో ఉత్సాహపరచాడు. శ్రీకృష్ణుడు కూడా 'ఇదేమి అర్జునా? నీ బాణాలు నిర్వీర్యమవుతున్నాయి ' అన్నాడు. ఇవన్నీ విని అర్జునుడు కొద్దిసేపు తనను తాను స్మరించుకున్నాడు.ఓ అద్భుతమైన అస్త్రాన్ని ప్రయోగిస్తున్నాను అని చెప్పి నీవు (శ్రీకృష్ణుడు), దేవతలు,బ్రహ్మ, మహేశుడు,వేదవేత్తలు అందరూ అనుమతించాలి అన్నాడు.అప్పుడు బ్రహ్మాస్త్రాన్ని ప్రయోగించాడు.కానీ కర్ణుడు బ్రహ్మాస్త్రాన్ని భంగపరచి విరాజిల్లాడు.కర్ణుడు అర్జునునితో 'వేరే ఏదైనా అస్త్రాన్ని ప్రయోగించు ' అన్నాడు! అర్జునుడు బంగారు రెక్కలు గల పదివేల బాణాలు ప్రయోగించాడు.కర్ణుడు కూడా బాణసమూహాలను వదిలాడు.ఎందరో సైనికులు నేలగూలారు.ఇద్దరూ శత్రుసైన్యాలను చితక్కొట్టారు.

కర్ణుడు శ్రీకృష్ణుని గాయపరచాడు.వెంటనే అర్జునుడు అగ్నివంటి బాణాలను వదలి కర్ణుని గాయపరచాడు.కర్ణుడు బాధతో కంపించాడు.అర్జునుడు చెలరేగి కౌరవ సైన్యాన్ని చితకబాదగా అందరూ పారిపోతుండగా దుర్యోధనుడు ఆగమని వేడుకున్నాడు.కర్ణుడు ధైర్యం తెచ్చుకుని నిలబడ్డాడు.

కర్ణుడు, అర్జునుడు ఒకరినొకరు దెబ్బతీయాలని చూసారు.అంతలో అశ్వసేనుడు అమ్ములపొదిలోనికి ప్రవేశించాడు. (ఖాండవదహనం అప్పుడు తప్పించుకున్నవాడు)

అర్జునుడు కర్ణుని అతిక్రమించాడు. కర్ణుడు సర్పబాణం (అశ్వసేనుడు) ప్రయోగించాడు.ఆ సంగతి కర్ణునికి తెలియదు.శ్రీకృష్ణుడు రథాన్ని కాలితో కొద్దిగా నేలలోనికి అదిమాడు. ఆ బాణం కిరీటి కిరీటాన్ని పడగొట్టింది. వెంటనే తలకి తెల్లని వస్త్రాన్ని చుట్టాడు అర్జునుడు.అశ్వసేనుడు తిరిగి కర్ణుని వద్దకు వెళ్లి మరల తనను ప్రయోగించమన్నాడు. కర్ణుడు నిరాకరించాడు.అప్పుడు తానే అర్జునుని మీదకి దూకాడు.శ్రీకృష్ణుడు అర్జునునికి అశ్వసేనుని గురించి చెప్పాడు.అర్జునుడు ఆ సర్పాన్ని నరికాడు.

కర్ణుడు అర్జునుని, శ్రీకృష్ణుని మరల గాయపరచాడు.వికటాట్టహాసం చేసాడు. అర్జునుడు తొంభై బాణాలు కర్ణునిపై ప్రయోగించాడు.కర్ణుడు వ్యథ చెందాడు. కర్ణుని కిరీటాన్నీ, కుండలాలనీ అర్జునుడు నేల గూల్చాడు.

శ్లో: తత: శరావాపమసాస్య సూతజో

ధనుశ్చ తచ్చక్రశరాసనోపమం

తతో రథస్థ: సముమోహ చ స్ఖలన్

ప్రశీర్ణముష్టి: సుభృసాహత: ప్రభో (కర్ణపర్వం 90-69)

ఆపై అర్జునునిచే తీవ్రంగా గాయపడిన ఆ కర్ణుడు ఇంద్రధనుస్సువంటి తన వింటిని, అమ్ములపొదిని విడిచి పిడికిలి సడలిపోగా రథం మీదనే తొట్రుపడుతూ మూర్చిల్లాడుఆ స్థితిలో అర్జునుడు కర్ణుని చంపదలచుకోలేదు. శ్రీకృష్ణుడు పని పూర్తి చేయమన్నాడు.

కర్ణుడు ఇంతలో లేచి భీకర యుద్ధం ప్రారంభించాడు.రథం నేలలోకి క్రుంగింది.

(ఎడమ చక్రం).పరశురాముడిచ్చిన అస్త్రం గుర్తుకు రాలేదు.అప్పుడు కర్ణుడు ధర్మనింద చేయటం ప్రారంభించాడు.

శ్లో: ధర్మప్రధానం కిల పాతిధర్మ: ఇత్యబ్రువన్ ధర్మవిద: సదైవ

వయం చ ధర్మే ప్రయతాం నిత్యం చర్తుం యథాశక్తియథాశ్రుతం చ

న చాపి నిఘ్నాతి న పాతి భక్తాన్ మన్యే న నిత్యం పరిపాతి ధర్మ: (90-86)

మేము ఎప్పుడూ శక్తిని, జ్ఞానాన్ని అనుసరించి ధర్మపాలనకై ప్రయత్నిస్తున్నాం. అయినా ఆ ధర్మమే మమ్మ చంపుతోంది.

అలా భంగపడుతున్న కర్ణుడు అర్జునుని మీద అస్త్రాలు ప్రయోగిస్తూనే అర్జునుడు వేస్తున్న అస్త్రాలను పడగొడుతూ వచ్చాడు. అర్జునునితో అన్నాడు, ' బాణాలు విడు. గొప్ప అస్త్రాలు ప్రయోగించు! '

అర్జునుడు ఒక భీకరాస్త్రాన్ని వదిలేలోపు నేలమీదకి దూకాడు.చక్రాన్ని లేపే ప్రయత్నం చేసాడు. అర్జునుడు ఆగాడు.

శ్లో: సప్తద్వీపా వసుమతీ సశైలవనకాననా

జీర్ణచక్రా సముత్క్షిప్తా కర్ణేన చతురంగులం (90-106)

ఆ ప్రయత్నం చేస్తున్నప్పుడు సప్తద్వీపాలతో, పర్వతాలతో, కాననాలతో సహా భూమి నాలుగంగుళాలు పైకి లేచింది. చక్రం మాత్రం భూమిలోనే క్రుంగి ఉంది!

శ్లో: భో: పార్థ మహేశ్వాస ముహూర్తం పరిపాలయ

యావచ్చక్రం గ్రస్తం ఉద్ధరామి మహీతలాత్ (108)

ఓ అర్జునా! మేటి విలుకాడా! ముహూర్తకాలం ఆగు. ఇంతలో క్రుంగిన ఈ చక్రాన్ని భూమిలోనుండి పైకి తీస్తాను.

శ్లో: న త్వం కాపురుషాచీర్ణం మార్గమాస్థాతుమర్హసి

ఖ్యాతస్త్వమసి కౌంతేయ విశిష్టో రణకర్మసు

విశిష్టతరమేవ త్వం కర్తుమర్హసి పాండవ (110 1/2)

కర్ణుడు: కౌంతేయా! నీవు రణకర్మలో విశిష్టుడువుగా పేరు పొందిన వాడవు. చెడ్డవారు చరించే మార్గంలో నీవు నిలువదగదు. పాండవా! నీవు ఇంకా విశిష్టంగా పని చేయవలసినవాడవు.

శ్లో: ప్రకీర్ణకేశే విముఖే బ్రాహ్మణీథ కృతాంజలౌ

శరణాగతే న్యస్తశస్త్రే యాచమానే తథార్జున

అబాణే భ్రష్టకవచే భ్రష్టభగ్నాయుధే తథా

న విముంచంతి శస్త్రాణి శూరా: సాధువ్రతే స్థితా: (111,112)

కర్ణుడు: అర్జునా! సజ్జనవ్రతంలో నిలచిన శూరులు జుట్టు ఊడినవాడు, విముఖుడు, బ్రాహ్మణుడు, చేతులు జోడించిన వాడూ,శరణాగతుడు, శస్త్రాలు విడిచిన వాడు, ప్రార్థిస్తున్నవాడు, బాణరహితుడు, కవచహీనుడు, ఆయుధాలు భగ్నమైనవాడు-వీరిపై శస్త్రాలను ప్రయోగించరు!

17. ఈ సందర్భంలో శ్రీకృష్ణుడు కర్ణునితో చెప్పిన మాటలు:

1. నీవు ధర్మాన్ని తలచుకోవటం అదృష్టం. సాధారణంగా కష్టాలలో చిక్కుకున్న నీచులు దైవాన్ని నిందిస్తారు.తాము చేసిన చెడ్డ పనులను నిందించరు.

2. ఏకవస్త్ర అయిన ద్రౌపదిని సభలోకి రప్పించావు. అప్పుడు ధర్మం స్ఫురించలేదు

3. సభలో పాచికలాడటం చేతకాని ధర్మరాజును శకుని ఆ విద్య తెలిసి గెలిచాడు. ధర్మం ఎక్కడికి పోయింది?

4. పదమూడు సంవత్సరాల పాటు వనవాసం పూర్తి అయినా రాజ్యమివ్వలేదు.ధర్మం ఎక్కడికి పోయింది?

5. నీ మద్ధతుతో భీముని విషసర్పాలతో కరిపించారు.విషాన్నాన్ని పెట్టారు. ధర్మం ఎక్కడికి పోయింది?

6. వారణావతంలో లక్క ఇంటిలో నిదురిస్తున్న పాండవులను తగులపెట్టించావు...

7. రజస్వల అయిన ద్రౌపది దుశ్శాసనుని వశంలో ఉన్నప్పుడు సభలో నవ్వావు. ధర్మం ఎక్కడికి పోయింది?

8. మరొక భర్తను కోరుకో అని ద్రౌపదితో పలికి చూస్తూ కూర్చున్నావు. ధర్మం ఎక్కడికి పోయింది?

9. బాలుడైన అభిమన్యుని చుట్టుముట్టి చంపారు. ధర్మం ఎక్కడికి పోయింది?

శ్లో: యద్యేష ధర్మస్తత్ర విద్యతే హి

కిం సర్వథా తాలువిశోషణేన

అద్యేహ ధర్మాణి విధత్స్వ సూత

తథాపి జీవన్న విమోక్ష్య సే హి (కర్ణ పర్వం 91-12)

శ్రీకృష్ణుడు: ఆ సమయాలలో లేని ధర్మాన్ని గురించి ఈ రోజు దవడలు ఎండేటట్లు మాట్లాడితే లాభమేముంది?సూతా! ఈ రోజు ఇక్కడ ఎన్ని ధర్మాలు పలికినా ప్రాణాలతో నిన్ను విడిచిపెట్టేది లేదు.

'ధర్మాభిగుప్తై: సతతం నృసింహై: '-పాండవులు ధర్మరక్షితులు, అందువలన వీరు ధార్తరాష్ట్రులను నశింపజేయటం తథ్యం!

శ్లో: ఏవముక్తస్తదా కర్ణ: వాసుదేవేన భారత

లజ్జయా వనతో భూత్వా నోత్తరం కించిదుక్తవాన్ (91-15)

వాసుదేవుడు కర్ణునితో అలా పలుకగా సిగ్గుతో తల దించుకుని కర్ణుడు ఏమీ సమాధానం చెప్పలేదు.

...హాస్యాస్పదమైన అంశం ఏమిటంటే కర్ణుడు సిగ్గుతో తల దించుకున్నాడు కానీ లోకం సిగ్గు వదలక వాగుతూనే ఉంది! బహుశ: స్వయం కర్ణుడి గురించి మన రచయితలకీ, నటులకీ,, కర్ణునికంటే ఎక్కువ తెలిసిపోయిందన్నమాట!

18. ఆ స్థితిలోంచే అర్జునునితో పోరాటం సాగించాడు. శ్రీకృష్ణుని ఆదేశంతో అర్జునుడు తీవ్రమైన పోరాటానికి సిద్ధమైనాడు.

శ్లో: తత్ సమీక్ష్య తత: కర్ణ:బ్రహ్మాస్త్రేణ ధనంజయం

అభ్యవర్షత్ పునర్యత్నం అకరోద్ రథసర్జనే (91-20)

అది చూసి కర్ణుడు బ్రహ్మాస్త్రంతో అర్జునునిపై బాణాలను కురిపించాడు.రథాన్ని పైకెత్తే ప్రయత్నం చేసాడు.

శ్లో: బ్రహ్మాస్త్రేణైవ తం పార్థ: వవర్ష శరవృష్టిభి:

తదస్త్రమస్త్రేణావార్య ప్రజహార చ పాండవ:

బ్రహ్మాస్త్రంతోనే కర్ణునిపై శరవృష్టిని కురిపించాడు అర్జునుడు. అర్జునుడు మరల కర్ణుని గాయపరచాడు.

శ్లో: తత: శరం మహాఘోరం జ్వలంతమివ పావకం

ఆదదే పాండుపుత్రస్య సూతపుత్రో జిఘాంసయా (25)

అర్జునుని చంపదలచి అగ్ని వలె జ్వలిస్తున్న మహాఘోరమైన బాణాన్ని చేతబట్టాడు.

...భూమి కంపించింది. అది అర్జునుని రొమ్ముపై దిగబడింది. (ఈ పని చక్రం ఎత్తాలనుకుంటూ ఒక ప్రక్క చేసింది)

శ్లో: స గాఢ విద్ధ: సమరే మహాత్మా

విఘూర్ణమాన: శ్లథహస్తగాండివ:

చచాల భీభత్సుర మిత్రమర్దన:

క్షితే: ప్రకంపే చ యథాచలోత్తమ: (30)

మహాత్ముడు, శత్రుమర్దనుడైన అర్జునుడు ఆ బాణంతో తీవ్రంగా గాయపడ్డాడు. కళ్లు తిరిగాయి. చేతిలోని గాండీవం జారిపోయింది. భూకంప సమయంలో పర్వతం వలె అర్జునుడు కంపించాడు.

శ్లో: తదంతరం ప్రాప్య వృషో మహారథ:

రథాంగ ముర్వీగతముజ్జిహీర్షు:

రథాదవప్లుత్య నిగృహ్య దోర్భ్యాం

శశాక దైవాన మహాబలోపి (31 1/2)

మహారథుడైన కర్ణుడు చక్రాన్ని లేపాలని రథం నుండి దిగి, భుజాలతో పట్టి ప్రయత్నించాడు...

అర్జునునితో పోరాటం కొనసాగించాడు, బ్రహ్మాస్త్రం సంధించాడు అని చెప్పినప్పుడు తిరిగి రథాన్ని అధిరోహించాడు అని చెప్పబడలేదు. అర్జునుని దాదాపు ప్రాణసంకటంలో పడవేయటం, అస్త్రాలు సంధిస్తూ యుద్ధం కొనసాగించటంలో భూమిలోనికి దిగిపోయిన చక్రం పరిస్థితి ఇక పోరాటం సందర్భంలో లేనట్టని అర్థమవుతున్నది. అర్జునుని మీద తీవ్రంగా అస్త్రాలను ప్రయోగిస్తున్న కర్ణునితో అర్జునుడు యుద్ధం చేయాల్సిందే తప్ప మరో మార్గం లేదు. ఇంకో విధంగా ఆలోచిస్తే అర్జునుని తీవ్రంగా గాయపరుస్తూ కిందకి దిగి దొరకిన వ్యవధిలోనే చక్రాన్ని పైకి లేపాలనే ఆలోచన , అలాగే అంతలోనే రథం మీదకి ఎక్కి మరో బాణం వేసి యుద్ధాన్ని సాగించే వ్యూహం కర్ణునిలో కనిపిస్తోంది.

శ్లో: తత: కిరీటీ ప్రవాలభ్య సంజ్ఞాం

జగ్రాహ బాణాం యమదండకల్పం

తతోర్జున: ప్రాంజలికం మహాత్మా

తతో్బ్రవీత్ వాసుదేవోపి పార్థం

ఛిందస్య మూర్ధానమరే: శరేణ

న యావదారోహతి వై రథం వృష: (32,33)

అర్జునుడు చైతన్యాన్ని పొంది యమదండం వంటి అంజలీకాన్ని చేతబట్టాడు.శ్రీకృష్ణుడు 'రథాన్ని ఎక్కకముందే శత్రువైన ఈ కర్ణుని శిరస్సును బాణంతో ఖండించు ' అని ఆదేశించాడు. కర్ణుని వ్యవహారాన్ని శ్రీకృష్ణుడు పసిగట్టాడు. చావుబ్రతుకులలో ఉన్న కర్ణుడు సజ్జనుల సమస్యను-దేనికైనా ఆలోచనలో పడిపోవటం-వాడుకుంటూనే దెబ్బ కొట్టాలనుకున్నట్లు స్పష్టం.

అర్జునుడు ముందు ధ్వజాన్ని కొట్టాడు. తరువాత ఒక విశిష్టమైన బాణాన్ని తీసుకున్నాడు.

శ్లో: తం వై ప్రమృష్టం ప్రసమీక్ష్య యుద్ధే

చచాల సర్వం సచరాచరం జగత్

స్వస్తి జగత్ స్యాదృషయ: ప్రచుక్రుశు:

తముద్యతం ప్రేక్ష్య మహాహవేషుం (44)

ఆ బాణాన్ని చేబట్టి పరామర్శించటాన్ని చూసి చరాచర జగత్తు కంపించిపోయింది. మహారణభూమిలో ఎత్తిన ఆ బాణాన్ని చూసి ఋషులు 'జగత్తునకు శుభం కలగాలి ' అని పెద్దగా అరిచారు...

(కర్ణుడు అప్రమత్తంగా లేడని ఎలా అనగలం?)

అర్జునుడు ఆ బాణాన్ని వింట సంధించాడు.

శ్లో: అయం మహాస్త్రప్రహితో మహాశర:

శరీరహృచ్చాసుహరశ్చ దుర్హృద:

తపోస్తి తప్తం గురవశ్చ తోషితా:

మయా యదీష్టం సుహృదాం శ్రుతం తథా

అనేన సత్యేన నిహంత్వయం శర:

సుసంహిత: కర్ణమరిం మమోర్జితం

ఇత్యూచివాంస్తం ప్రముమోచ బాణం

ధనంజయ: కర్ణవధాయ ఘోరం (46,47)

మహాస్త్రప్రేరితమైన ఈ మహాశరం దుర్మనస్కుల శరీరాలను, హృదయాలను, ప్రాణాలను అపహరింపగలది. అర్జునుడు: నేను తపస్సు చేసి ఉంటే, గురువులను ఆనదింపజేసి ఉంటే మిత్రుల

మాటలను విని ఉంటే ఆ సత్యంతో చక్కగా అనుసంధించి ప్రయోగించిన ఈ బాణం బలసంపన్నుడైన శత్రువైన కర్ణుని చంపుగాక!...అని ఆ బాణాన్ని వదిలాడు.

ఆ బాణం కర్ణుని శిరస్సును అతని శరీరం నుంచి వేరు చేసింది. కర్ణుని దేహం పడిపోగా దాని నుండి వెలువడిన ఒక తేజస్సు ఆకాశంలో వ్యాపించి, సూర్యమండలంలో లీనమైనది.

శ్లో: ప్రపాప్య సేనామతిత్రీం దీప్తై: శతగభస్తిభి:

బలినార్జునకాలేన నీతోస్తం కర్ణభాస్కర: (62)

శత్రుసేనను తపింపజేసిన అర్జునుడనే కాలం కర్ణుడనే సూర్యుని అస్తమింపజేసింది!

ఆ రోజు సూర్యాస్తమయాన్ని వర్ణిస్తూ మహర్షి 'తన కుమారుని స్థితికి దు:ఖించి, సూర్యుడు కాంతి మందగించగా మెల్లమెల్లగా మందిరానికి వెళ్లిపోయాడు ' అంటాడు!

~~~***~~~

భీష్ముని విశ్లేషణను చూస్తే ఒక మత్సరం కర్ణుని జీవితాంతం ఇబ్బంది పెట్టింది. గుణవంతులను కూడా దూషింపజేసి అధర్మాన్నీ, పాపాన్నీ మూట గట్టి చేతికిచ్చింది.
~~~

తాను సూతపుత్రుడని, అర్జునుడు రాజకుమారుడని, రాజకుమారుడైన అర్జునుని మించిన సామర్థ్యం, ప్రతిభ నిరూపించి లోకానికి ఒక నిజాన్ని నిరూపించాలనే దుగ్ధతోనే చిరకాలం బ్రతికాడు కర్ణుడు.

ఒక ప్రశ్న తలెత్తుతుంది. ఇంత గొప్పవాడు అయినప్పుడు స్వయంగా ఒక రాజ్యాన్ని స్థాపించి హస్తినను దండెత్తి అర్జునుని ద్వంద్వానికి సవాలు చేయవచ్చును కదా? అది సాధ్యం కాదు. భీష్మ ద్రోణులు, యావత్ కురుసైన్యంతో ఎదురుగా ఉంటారు.దుర్యోధనునితో చేరి పాండవులను ఏదో విధంగా రూపుమాపాలనుకున్న దుర్యోధనుని యుద్ధానికి సన్నద్ధుడను చేసాడు. ఆ క్రమంలో ధర్మనిరతిని విస్మరించి తనలోని ధర్మపరాయణతకు స్వస్తి పలికాడు. ఫలితంగా ధర్మం అతన్ని విడిచింది. వనవాసం తరువాత కూడా రాజ్యం ఇవ్వకుండా యుద్ధాన్నే కోరుకున్న దుర్యోధనుడు కర్ణుడు లేకపోతే ఆ ఆలోచనను చేసియుండేవాడు కాడు. కురుక్షేత్ర మహాసంగ్రామానికి కర్ణుడు మూలకారణమన్నది స్పష్టం.

పాండవులలో తనకి అర్జునుడే సాటి అనుకున్నా భీముని చేతిలో దాదాపు మృత్యుముఖం పట్టాడు కర్ణుడు. ధర్మజుని ఏదో జాలితో కుంతికిచ్చిన మాట వలన వదిలేసినట్లు కనిపిస్తే భీముడు కర్ణుని అర్జునుని ప్రతిజ్ఞ కోసం వదిలేసినట్లు స్పష్టంగా కర్ణపర్వంలోనున్నది.

సంఘటనలను, పోరాటాలను, యుద్ధాలను జాగ్రత్తగా పరిశీలించి చూస్తే కర్ణుడు అర్జునుని కంటే గొప్ప యోద్ధ కాడు.శ్రీకృష్ణుడు యుద్ధంలో అర్జునునికి జాగ్రత్త చెప్పే సందర్భంలో 'త్వద్విశిష్ట:' అని పేర్కొన్నాడు

కానీ దేవతలు కూడా నీ ముందు నిలబడలేరని అర్జునునితో చెప్పి కర్ణుడు దుర్మార్గుడు, పాపాత్ముడు అని స్పష్టం చేసాడు.

చివరి ఘట్టంలో కర్ణుని వంచన చేసి వధించినట్లు మనకు కనిపించటంలేదు.రథచక్రం భూమిలో కూరుకుని పోయినా కర్ణుడు భీకరసంగ్రామం ఆపలేదు (ఆపమని అర్జునుని కోరి ఆలోచనలో పడేసాడు). అలా అని చక్రాన్ని పైకి లేపగలగలేదు! మరి భీకరమైన అస్త్రాలు మీద పడుతుంటే యుద్ధం ఆపేయాలా? ఇదెక్కడి న్యాయం?

అర్జునుడు ఎన్నో అవకాశాలు కర్ణునికి ఇచ్చాడు. ఇంద్రియనిగ్రహం,తపస్సు, సత్యనిష్ఠ,ధర్మనిరతి గలవాడు అర్జునుడు.

క్రమేపి కర్ణుడు తన పాపాలకు పశ్చాత్తాపపడ్డట్లు తెలుస్తోంది.శ్రీకృష్ణార్జునులను ఓడించటం సంభవం కాకపోయినా యుద్ధం చేస్తానని భీష్మునితో చెప్పాడు. ఆ మాట దుర్యోధనునితో చెప్పలేదు! ద్రోణపర్వంలో ఏదో దైవబలం ఇత్యాదుల గురించి కబుర్లు చెప్పాడు. ఇతని మీద ఆశ పెట్టుకున్న దుర్యోధనుడు ఆ మాట వింటే యుద్ధం గురించి ఆలోచించేవాడా? కాకపోవచ్చు. వ్యక్తిగత ధ్యేయాలను పెట్టుకున్న వారలను దగ్గర జేర్చుకుని రాజ్యాన్ని పాలిస్తూ శత్రువులను ఓడించాలనుకుంటే సమస్య ఇలానే ఉంటుందన్నది ఒక గుణపాఠం!అయినా చాలా ఆలస్యం అయిపోయింది!

ఒక వైపు తండ్రి గుడ్డివాడు. పెద్ద వీరులు కాని నూరుగురు సోదరులను చూసుకునే బాధ్యత దుర్యోధనునిది. చిరకాలం వీరి కంటే ఎంతో

తేజోవంతులైన పంచపాండవుల అండదండలలోనే, వారికి దాదాపు బానిసలై బ్రతకాలంటే మరి దుర్యోధనుని బాధ చిన్నది కాదుకదా! మరి ఎత్తులు వెయ్యక తప్పదు. అభద్రత ఒక వైపు, అసూయ మరో వైపు.వీరిని తప్పించాలి అని దృఢనిశ్చయానికి వచ్చాడు.కర్ణుడు ఒక వరంగా లభించాడు ఇతనికి!మహారాజుగారు లోలోపల ఆ ప్రణాళికకు హర్షించాడు...

కథలో పాత్రలు ఎవరి స్వభావాలకు అనుగుణంగా వారు ప్రవర్తించటం సహజం, సమంజసం కూడానూ. ఆయా పాత్రల పార్శ్వాలను నాటకీయంగా ఆవిష్కరింపజేయటం

కవి లేదా రచయిత యొక్క ప్రధాన కర్తవ్యం.అలా ఉన్నప్పుడే కథ రక్తి కడుతుంది.ఆసక్తికరంగా, మార్మికంగా ఉన్నది కదా అని ఒక పాత్రని ఎక్కడికో తీసుకుని వెళ్లి పోయి జనరంజనం కోసం అసలు కథను, అసలు సిసలు పాత్రలను ఛిన్నాభిన్నం చేయటం ఎంతో అపచారం, అరాచకం.

సామాన్యజనులు కవిత్వాలను, రచనలను, నాటకాలను, పద్య కావ్యాలను, చలనచిత్రాలను నిజాలనుకోవటం సర్వసాధారణం.మూలాన్ని అధ్యయనం చేసే దిశగా ప్రసంగాలు చేయలేకపోవటం కూడా మన జాతి చేసుకున్న, చేసుకుంటున్న దౌర్భాగ్యం.

కర్ణునిలోని కీర్తికాంక్ష, మాత్సర్యం, సమాజానికి మంచి మాటలు చెప్పవలసినవారిలో పేరుకునిపోవటం సముచితమా? ఆలోచించాలి! ఒకరు భయంతో స్పందిస్తారు.మరొకరు బాధతో మసలుతారు. కొందరు మదంతో, కొందరు మాత్సర్యంతో...ఇది తెలుసుకోవాలి.

మహాభారతయుద్ధం కేవలం దుర్మార్గులైన దుర్యోధనాదులకు, పాండవులకు మధ్య కాకుండా స్వయంగా కుంతీపుత్రుడైన కర్ణుని అటువైపు జేర్చి ఎందుకు కొనసాగించవచ్చింది అనేది ఆలోచింపజేస్తుంది. ఆ అంశం ఈ గొప్ప గ్రంథంలోని ఆయువుపట్టు. ఆ నాటకీయత సామాన్యుని మనస్సును ఎంతో కలవరపెడుతుంది.కర్ణుడు అన్యాయం అయిపోయాడు అని భ్రమింపజేస్తుంది. ఆ భ్రమను దైనందిన జీవితంలో పలువురూ ఎదుర్కొనే ధర్మసంకటాల సందర్భాలలో పలుమార్లు గుర్తు తెచ్చుకుని దైవం ఎటు ఉంటుంది అని ఆలోచింపజేసేందుకని స్పష్టం.

కుంతీపుత్రులందరూ దైవాంశసంభూతులే!అందులో కర్ణుడు మొదటివాడు. అందుచేత అర్థం చేసుకోవాల్సింది ఏమిటంటే ఎంతటి దైవాంశసంభూతులైనప్పటికీ భూమి మీద స్వధర్మం, లోకధర్మం రెండూ సరిగ్గా ఆచరించినవారి పక్షాన తప్ప సర్వశక్తిసంపన్నుడైన ఈశ్వరుడు వేరెవరి వైపూ ఉండడు!

నేనే ఉండాలి అనుకున్నాడు దుర్యోధనుడు ఒక అభద్రత,ఒక భయం వలన. ఒక బాధలో, మాత్సర్యంతో నేనూ ఉన్నాను అన్నాడు కర్ణుడు. నేనున్నాను అని ధర్మం అంతర్లీనంగా వ్యవహరించి సమయం

వచ్చినప్పుడు తేటతెల్లమయినది.. 'ధర్మాభిగుప్తై: సతతం ' అంటాడు శ్రీకృష్ణుడు పాండుపుత్రుల గురించి. ధర్మం వారి వెంట గుప్తంగా ఉండి రక్షిస్తుంది.ధర్మం ఉన్న చోట నేనే స్వయంగా ఉన్నాను అంటాడు సత్యస్వరూపుడైన శ్రీకృష్ణపరమాత్మ!

ఇది సారాంశం.పాత్రనైనా, కథనైనా ధర్మం, సత్యం అనే రెండు కనులతో ఒక దృష్టి ద్వారా చూడాల్సి ఉంటుంది. అది చేయలేనప్పుడు గొప్ప కావ్యాలు, గ్రంథాలు మాత్సర్యపూరితమైన కథనాలకు గురి అవుతూ ఉంటాయి.

బలవంతుడు ఎవరు అంటే...'యద్యధర్మో న బలవాన్ స్యాదయం రాక్షసేశ్వర: స్యాదయం సురలోకస్య శక్రస్యాపి రక్షితా ' అంటాడు రావణుని గురించి. అధర్మం వలన బలహీనుడు కానీ రావణుడు సురలోకాన్నీ, ఇంద్రుని కూడా శాసించగలడు!

కర్ణుడా? అర్జునుడా?

ఇద్దరూ సమానమైన ప్రజ్ఞ కలవారే...

అర్జునుడు స్థితప్రజ్ఞుడు. కర్ణుడు దుష్టప్రజ్ఞుడు. ఇది అర్థం చేసుకోవాలి!

~~~***~~~
~~~

www.ingramcontent.com/pod-product-compliance
Lightning Source LLC
LaVergne TN
LVHW042114210825
819277LV00034B/271
* 9 7 9 8 8 8 9 5 9 6 9 3 6 *